ഇണ
(നോവൽ)

ആര്യ ജി

Copyright © Arya G
All Rights Reserved.

This book has been published with all efforts taken to make the material error-free after the consent of the author. However, the author and the publisher do not assume and hereby disclaim any liability to any party for any loss, damage, or disruption caused by errors or omissions, whether such errors or omissions result from negligence, accident, or any other cause.

While every effort has been made to avoid any mistake or omission, this publication is being sold on the condition and understanding that neither the author nor the publishers or printers would be liable in any manner to any person by reason of any mistake or omission in this publication or for any action taken or omitted to be taken or advice rendered or accepted on the basis of this work. For any defect in printing or binding the publishers will be liable only to replace the defective copy by another copy of this work then available.

ഉള്ളടക്കം

ആമുഖം v

1. അദ്ധ്യായം 1   1
2. അദ്ധ്യായം 2   13
3. അദ്ധ്യായം 3   20
4. അദ്ധ്യായം 4   30
5. അദ്ധ്യായം 5   40

ആമുഖം

ജീവിതത്തിന് ഒരു താളമുണ്ട്, ചിലപ്പോൾ അത് വേഗത്തിലാകും, ചിലപ്പോൾ പതുക്കെയാകും, എല്ലാവരും താളം പിടിക്കാൻ ശ്രമിക്കുന്നു.

1

സ്നേഹം

ജീവിതത്തിന് ഒരു താളമുണ്ട്, ചിലപ്പോൾ അത് വേഗത്തിലാകും, ചിലപ്പോൾ പതുക്കെയാകും, എല്ലാവരും താളം പിടിക്കാൻ ശ്രമിക്കുന്നു.

അതിരാവിലെ സൂര്യൻ തന്റെ കിരണങ്ങൾ ഭൂമിയിൽ പരത്താൻ തുടങ്ങി. അനിത കണ്ണ് തുറന്ന് കിടക്കയിൽ നിന്ന് എഴുന്നേൽക്കാൻ ശ്രമിച്ചു. അവളുടെ ചെവിയിൽ "നമുക്ക് കുറച്ച് നേരം കൂടി ഉറങ്ങാം" എന്ന് മന്ത്രിച്ചു കൊണ്ട് അവളുടെ അടുത്ത് ഉറങ്ങുന്ന ഭർത്താവ് അരുൺ അവളെ ഇറുകെ കെട്ടിപ്പിടിച്ചു.

"അയ്യോ അരുൺ, എനിക്ക് പോകണം, വെള്ളിയാഴ്ചയാണ്, എനിക്ക് ഒരുപാട് ജോലികൾ ചെയ്യാനുണ്ട്, പാൽക്കാരനും ഉടൻ വരും" അനിത പറഞ്ഞു.

"അഞ്ച് മിനിറ്റ് പ്ലീസ്", എന്ന് പറഞ്ഞു അരുൺ അവളുടെ കഴുത്തിൽ അവന്റെ മുഖം അമർത്തി കിടക്കാൻ തുടങ്ങി, അനിത നാണത്തോടെ ഭർത്താവിനെ കെട്ടിപ്പിടിച്ചു.

അരുൺ, ഒരു ഐടിക്കാരൻ ആണ്, ചെന്നൈയിൽ ഒരു പ്രശസ്ത കമ്പനിയിൽ ജോലി ചെയ്യുന്നു. ഓഫീസിലേക്ക് തയ്യാറായി സ്വീകരണമുറിയിലേക്ക് കയറി, അവിടെ ഭാര്യയെ നോക്കി അയാൾ സ്തംഭിച്ചുപോയി.

"വൗ! ബ്യൂട്ടിഫുൾ, നിന്നെ ഇങ്ങനെ കണ്ടിട്ട് എനിക്ക് ഓഫീസിൽ പോകാനുള്ള മൂഡില്ല"

"വരൂ അരുൺ, നേരം വൈകി, നിങ്ങളുടെ പ്രഭാതഭക്ഷണം മേശപ്പുറത്ത് തയ്യാറാണ്" അനിത കണ്ണുരുട്ടിയ ശേഷം അവന്റെ കമന്റിനു മറുപടി പറഞ്ഞു.

പ്രഭാതഭക്ഷണവും സുന്ദരിയായ ഭാര്യയുമൊത്തുള്ള ചില കളികളും കഴിഞ്ഞ് അരുൺ വീട്ടിൽ നിന്ന് ഇറങ്ങി.

ചുണ്ടിൽ ഒരു ചിരിയുമായി അനിത വീട് വൃത്തിയാക്കാൻ തുടങ്ങി. അവളുടെ ഹൃദയം തന്റെ പ്രിയപ്പെട്ട ഭർത്താവിനെക്കുറിച്ച് ചിന്തിക്കുമ്പോൾ അവളുടെ കൈകൾ ഒരു ശീലം പോലെ വളരെ വൈദഗ്ധ്യത്തോടെ ജോലി ചെയ്തു.

അനിതയും അരുണും കോളേജ് മേറ്റ്സ് ആയിരുന്നു, അവിടെ വയ്ച്ച് അവർ പരസ്പരം സ്നേഹിക്കാൻ തുടങ്ങി. അത് ആദ്യ കാഴ്ചയിലെ പ്രണയം ആയിരുന്നു. കുട്ടിക്കാലത്ത് തന്നെ അച്ഛൻ നഷ്ടപ്പെട്ട അനിതയെ അമ്മ ഒറ്റയ്ക്കാണ് ഒരുപാട് കഷ്ടപ്പെട്ട് വളർത്തിയത്. നന്നായി പഠിക്കുന്ന പെൺ കുട്ടിയായിരുന്നു അനിത, അരുൺ മൂന്നാം വർഷം പഠിക്കുന്ന എഞ്ചിനീയറിംഗ് കോളേജിൽ പ്രവേശിക്കാൻ അവൾക്ക് കഴിഞ്ഞു.

അരുണിന്റെ മാതാപിതാക്കൾ അവരുടെ ബന്ധത്തെ കുറിച്ച് അറിഞ്ഞപ്പോൾ അവരുടെ കുടുംബം എതിർത്തു. എല്ലാത്തിനുമുപരി, അവരുടെ മനസ്സിൽ അരുണിനായി വലിയ പദ്ധതികൾ ഉണ്ടായിരുന്നു.

ഇതിൽ അരുൺ വളരെ ശാഠ്യക്കാരനായിരുന്നു, അവർ അറിയാതെ ഒരു രജിസ്ട്രാർ ഓഫീസിൽ വെച്ച് അനിതയെ വിവാഹം കഴിച്ചു. അങ്ങനെ അവർ മകനെ ഉപേക്ഷിച്ച് അമേരിക്കയിൽ മകളോടൊപ്പം താമസമാക്കി.

ഈ വിഷയത്തിൽ അനിത വളരെയധികം ആശങ്കാകുലയായിരുന്നു, അരുൺ അവളെ എപ്പോഴും തന്റെ സ്നേഹത്തോടെയും നല്ല വാക്കുകളിലൂടെയും ആശ്വസിപ്പിച്ചിരുന്നു.

മറ്റൊരു ആശങ്കാജനകമായ ചിന്ത, അവരുടെ സന്തോഷകരമായ ദാമ്പത്യജീവിതത്തിൽ അവൾക്ക് ഒരു കുഞ്ഞിനെ ഗർഭം ധരിക്കാൻ കഴിഞ്ഞില്ല. അവർ ഒരു ഡോക്ടറെ കണ്ടു. എല്ലാ റിപ്പോർട്ടുകളിലും രണ്ടും സാധാരണമാണെന്ന് പ്രസവചികിത്സകൻ പറഞ്ഞു.

ഓഫീസിൽ ചായ കുടിക്കുന്ന സമയത്ത്, മെയിലുകൾ പരിശോധിച്ച് എഫ്ബിയിൽ കറങ്ങി നടന്ന അരുണിന് പെട്ടെന്ന് ഒരു അറിയിപ്പ് വന്നു, ഇന്ന് അനിതയുടെ ജന്മദിനമാണ്.

"ഓഹ് അരുൺ! എങ്ങനെയാ മനുഷ്യാ നീ ഇത് മറന്നത്?" സ്വയം ശകാരിച്ചുകൊണ്ട് അയാൾ അനിതയെ പെട്ടെന്ന് വിളിച്ചു.

അനിത കോൾ എടുത്തപ്പോൾ അരുൺ പറഞ്ഞു.

"മോളേ, ക്ഷമിക്കണം, ഞാൻ അത് ശരിക്കും മറന്നു. ഹാപ്പി റിട്ടേൺസ് ഓഫ് ദി ഡേ ബേബ്,

വൈകുന്നേരം പുറത്തു പോകാം, റെഡിയായിരിക്ക്"

"ഓ, നന്ദി അരുൺ, നിങ്ങളുടെ ആഗ്രഹം പോലെ, ഞാൻ കാത്തിരിക്കാം" അനിത മറുപടി നൽകി.

അരുൺ കോൾ അവസാനിപ്പിച്ചു. അയാൾക്ക് തന്റെ ഭാര്യയെ അറിയാമായിരുന്നു, അവൾ ഈ ചെറിയ പ്രശ്നങ്ങൾ കൊണ്ട് ഭ്രാന്ത് പിടിക്കുന്ന ഒരു തരം ആയിരുന്നില്ല, അതാണ് അവൻ അവളെ ഇത്രയധികം സ്നേഹിക്കുന്നതിന്റെ ഒരു കാരണം.

വാക്ക് പാലിക്കാൻ, അരുണിന് ഏകദേശം 3 മണിക്ക് തന്നെ അനുവാദം ലഭിച്ചു, അവർ സന്തോഷത്തോടെ

പുറത്തിറങ്ങി. അവൾക്കായി ഒരു പുതിയ പട്ടുസാരി വാങ്ങി, അവർ സിനിമക്ക് പോയി, അത്താഴം കഴിച്ച് അവർ അവരുടെ കാറിൽ വീട്ടിലേക്ക് മടങ്ങുമ്പോൾ വഴിയരികിലെ കല്ല് ബഞ്ചിൽ ചോരയൊലിപ്പിച്ച് ഒരാൾ കിടക്കുന്നത് അനിത കണ്ടു. അവൾ ഭർത്താവിനോട് കാർ നിർത്താൻ ആവശ്യപ്പെട്ടു.

അത് ഏതോ മദ്യപാനി ആയിരിക്കാം, അവനെക്കുറിച്ച് വിഷമിക്കേണ്ട കാര്യമില്ലെന്ന് അരുൺ പറഞ്ഞു. എന്നാൽ ഞങ്ങൾ അവനെ ആശുപത്രിയിൽ കൊണ്ടു പോയില്ലെങ്കിൽ അത് മനുഷ്യത്വപരമായിരിക്കുമെന്ന് അനിത തറപ്പിച്ചു പറഞ്ഞു.

നിസ്സഹായനായി, അരുൺ വാഹനം നിർത്തി, കുറച്ച് പരിക്കുകളോടെ ഏതാണ്ട് അർദ്ധബോധാവസ്ഥയിലായ കൗമാരക്കാരന്റെ അടുത്തേക്ക് പോയി. അനിതയുടെ സഹായത്തോടെ അവനെ കാറിലേക്ക് മാറ്റി അടുത്തുള്ള ആശുപത്രിയിലേക്ക് കൊണ്ടുപോയി.

"അവനെ കാഷ്വാലിറ്റിയിലേക്ക് കൊണ്ടു വരൂ" നഴ്സ് അറ്റൻഡർ പുരുഷനോട് ആജ്ഞാപിച്ചു, അവൾ അരുണിന്റെ നേരെ തിരിഞ്ഞു.

"നിങ്ങളുടെ കാറാണോ ഇടിച്ചത്?" അവൾ സംശയ ഭാവത്തിൽ ചോദിച്ചു.

"അവൻ റോഡരികിൽ കിടന്നു, ഞങ്ങൾ അവനെ ആശുപത്രിയിൽ കൊണ്ടു വന്നു" അവൻ മറുപടി പറഞ്ഞു.

രോഗിയെ പരിചരിച്ച ശേഷം ഡ്യൂട്ടി ഡോക്ടർ അരുണിനോട് കൺസൾട്ടിംഗ് റൂമിലേക്ക് വരാൻ ആവശ്യപ്പെട്ടു. രോഗിയുടെ വലതു കൈത്തണ്ടയിൽ പൊട്ടലുണ്ടെന്നും അവിടെയും ഇവിടെയും ചെറിയ പൊട്ടലുമുണ്ടെന്നും അദ്ദേഹം പറഞ്ഞു. അധികം വിഷമിക്കേണ്ട കാര്യമില്ല. നാളെ രാവിലെയോടെ അയാൾക്ക് സുഖം വരും, അപ്പോഴേക്കും ഡിസ്ചാർജ് ചെയ്യാം.

"നന്ദി ഡോക്ടർ" എന്നു പറഞ്ഞു അരുൺ പോകാൻ തുടങ്ങി.

"ഇത് വാഹനാപകടത്തേക്കാൾ കൂടുതൽ ആക്രമണമാണെന്ന് തോന്നുന്നു, അത് എങ്ങനെ സംഭവിച്ചു?" ഡോക്ടർ ചോദിച്ചു.

"ഇല്ല സർ, താങ്കൾക്ക് തെറ്റിപ്പോയി, ഞാൻ അവനെ തല്ലിയിട്ടില്ല" അരുൺ എന്താണ് സംഭവിച്ചതെന്ന് വിശദീകരിച്ചു.

എന്തായാലും അടുത്തുള്ള പോലീസ് സ്റ്റേഷനിൽ വിവരം അറിയിക്കണം, ഔപചാരികതയാണ്, എന്ന് പറഞ്ഞു ഡോക്ടർ മുറി വിട്ടു.

അരുൺ 2 മിനിറ്റ് നിശ്ചലമായി നിന്നു, വളരെ ക്ഷീണത്തോടെ അവൻ അനിതയുടെ അടുത്തേക്ക് മടങ്ങി.

"വാ നമുക്ക് പോകാം, ഞാൻ നിന്നെ വീട്ടിൽ ഡ്രോപ്പ് ചെയ്യാം"

അവളെ വീട്ടിൽ ഇറക്കിവിട്ട ശേഷം അയാൾ ഏരിയാ പോലീസ് സ്റ്റേഷനിലെത്തി രേഖാമൂലം മൊഴി നൽകി. രോഗിക്ക് ബോധം വന്നാൽ രാവിലെ വിശദാംശങ്ങൾ ശേഖരിക്കുമെന്ന് കോൺസ്റ്റബിൾ പറഞ്ഞു.

ഹോസ്പിറ്റലിലെത്തി, അവിടെയും ഇവിടെയും കുറച്ച് ബാൻഡേജുകളുമായി നല്ല ഉറക്കത്തിൽ കിടക്കുന്ന ആ അജ്ഞാതന്റെ അടുത്തേക്ക് ചെന്നു.

"അവൻ ആരാണ്? ഞാൻ എന്തിനാണ് അവനെ സഹായിക്കുന്നത്?"

മനസ്സിലെ വിചിത്രമായ ചിന്തയോടെ, അരുൺ അടുത്തുള്ള സോഫയിൽ കിടന്ന് ഉറങ്ങി.

പിറ്റേന്ന് രാവിലെ അരുൺ ആശുപത്രിയിൽ നേരത്തെ എഴുന്നേറ്റു. സോഫയിലെ അസുഖകരമായ മയക്കം കാരണം, പുറകിൽ നേരിയ വേദന അനുഭവപ്പെട്ടു.

അവൻ ചുറ്റുപാടും നോക്കി. സ്റ്റാഫ് നഴ്സ് അവളുടെ സ്റ്റേഷനിൽ ഉണ്ടായിരുന്നില്ല. കാഷ്വാലിറ്റിയിൽ 4 കിടക്കകളുണ്ട്, ഒരെണ്ണം ഒഴികെ ബാക്കി എല്ലാം ശൂന്യമാണ്, ഇന്നലെ രാത്രി അവനെ ഇവിടെ കൊണ്ടുവന്നു.

അരുൺ ആ കുട്ടിയുടെ അടുത്തേക്ക് ചെന്നു, കൗതുകത്തോടെ അവനെ നോക്കി. അപ്പോഴും ആൾ ഗാഢനിദ്രയിലായിരുന്നു. 18 വയസ്സ് തികഞ്ഞിട്ടില്ലാത്ത ഒരു കൗമാരക്കാരനായിരിക്കണം, അരുൺ സ്വയം വിചാരിച്ചു.

സമൃദ്ധമായ രോമങ്ങൾ, കട്ടിയുള്ളതും ഇരുണ്ടതുമായ പുരികങ്ങൾ, ഈയിടെ വളർന്നു തുടങ്ങിയ നേർത്ത മീശയുള്ള മൂർച്ചയുള്ള മൂക്ക്, മുറുകെ അടച്ച ചുണ്ടുകൾ, ചതുരാകൃതിയിലുള്ള താടിയെല്ല്. അവൻ ഒരു നിശ്ചയദാർഢ്യമുള്ള ആളാണ്, അരുൺ അനുമാനിച്ചു.

അനിത വിളിക്കുന്നത് പോലെ പെട്ടെന്ന് അരുണിന്റെ മൊബൈൽ റിംഗ് ചെയ്യാൻ തുടങ്ങി.

"ഹായ്, ഡിയർ, ഗുഡ് മോർണിംഗ്" അരുൺ പറഞ്ഞു.

"അരുൺ. അവിടെ എന്താണ് സംഭവിക്കുന്നത്? അവൻ എങ്ങനെയുണ്ട്? അവൻ ഉണർന്നിരിക്കുകയാണോ? അനിത ചോദ്യങ്ങൾ ചോദിക്കാൻ തുടങ്ങി.

ഈ ബഹളം കാരണം, കുട്ടി കുറച്ച് ബുദ്ധിമുട്ടി കണ്ണ് തുറക്കാൻ തുടങ്ങി, അരുൺ അത് ശ്രദ്ധിച്ചു, അനിതയോട് മറുപടി പറഞ്ഞു.

"അവൻ ഇപ്പോൾ എഴുന്നേൽക്കുന്നതേയുള്ളൂ, ഞാൻ തിരികെ വിളിക്കാം."

കുട്ടി കട്ടിലിൽ നിന്ന് എഴുന്നേൽക്കാൻ ശ്രമിച്ചു. അരുൺ അവനെ അർദ്ധവിരസിതമായ ഭാവത്തിൽ എഴുന്നേൽക്കാൻ സഹായിച്ചു.

കുട്ടി ഞെട്ടി, ചുറ്റും നോക്കി. അവൻ അത്ഭുതത്തോടെ അരുണിനെ നോക്കി.

"ഹായ്, ഞാൻ അരുൺ, ഇന്നലെ രാത്രി നിങ്ങളെ ഇവിടെ കൊണ്ടുവന്ന ആൾ. ഞങ്ങൾ നിങ്ങളെ ഒരു വഴിയരികിലെ കല്ല് ബഞ്ചിൽ കണ്ടു. നിങ്ങൾ ആരാണ്? എന്ത് സംഭവിച്ചു?" അരുൺ സൗഹൃദഭാവത്തിൽ ചോദിച്ചു.

കുട്ടി പ്രതികരിക്കുന്നതിന് മുമ്പ്, നഴ്സ് വന്ന് അവന്റെ സലൈൻ ബോട്ടിൽ മാറ്റി, "നിനക്ക് സുഖമാണോ? വേദനയുണ്ടോ?"

മറുപടിയായി കുട്ടി ചെറുതായി തലയാട്ടി.

പോലീസ് കോൺസ്റ്റബിളും കൂടെ വന്നു, അരുണിനെ അഭിവാദ്യം ചെയ്തു, അരുൺ നേരത്തെ ചോദിച്ച അതേ ചോദ്യങ്ങൾ ചോദിക്കാൻ തുടങ്ങി.

"എന്റെ പേര് വിജയ്, ഞാൻ അനാഥനാണ്, ഒരു അനാഥാലയത്തിൽ വളർന്നു, ഞാൻ അവിടെ നിന്ന് ഇറങ്ങി, ഒരു ലാത്ത് ഫാക്ടറിയിൽ ജോലി ചെയ്യുകയായിരുന്നു. അതേ ജോലിസ്ഥലത്ത് നിന്ന് എന്റെ സുഹൃത്തുക്കൾ എന്നെ മർദ്ദിച്ചു, അവർ എല്ലാം തട്ടിയെടുത്തു. എന്റെ പണം, എന്നെ മരത്തടികൾ കൊണ്ട് ശക്തമായി അടിച്ചു," കുട്ടി വികാരങ്ങൾ നിയന്ത്രിക്കാൻ ശ്രമിക്കുന്നതിനിടയിൽ ഇടറിയ ശബ്ദത്തിൽ പറഞ്ഞു.

കോൺസ്റ്റബിൾ സംഭവത്തെക്കുറിച്ച് കൂടുതൽ അന്വേഷിച്ചപ്പോൾ, അരുൺ പുറത്തിറങ്ങി അവന്റെ ഓഫീസിലേക്ക് വിളിച്ചു, 2 മണിക്കൂർ അനുവാദം വാങ്ങി.

കോൺസ്റ്റബിൾ ആ കുട്ടിയുടെ എല്ലാ വിവരങ്ങളും 2 തിരിച്ചറിയൽ അടയാളങ്ങളും രേഖപ്പെടുത്തി, ഒടുവിൽ അരുണിന്റെ വിലാസവും ഫോൺ നമ്പറും വാങ്ങി സ്ഥലം വിട്ടു.

തുടർന്ന് ഡോക്ടർ വന്ന് കുട്ടിയുടെ ആരോഗ്യനില പരിശോധിച്ച് നഴ്സിന് നിർദ്ദേശങ്ങൾ നൽകി. എന്നിട്ട് അരുണിന് നേരെ തിരിഞ്ഞു, വിശദീകരിക്കാൻ തുടങ്ങി.

"കുട്ടി അബോധാവസ്ഥയിൽ ആയിരുന്നെങ്കിലും, അവന്റെ CT മസ്തിഷ്ക റിപ്പോർട്ട് സാധാരണ നിലയിലാണ്. അവനെ ഇപ്പോൾ ഡിസ്ചാർജ് ചെയ്യാം, കുറഞ്ഞത് ഒരാഴ്ചയെങ്കിലും ശ്രദ്ധിക്കണം. ഒരാഴ്ചയ്ക്ക് ശേഷം അടുത്ത ചെക്കപ്പിനായി അവനെ കൊണ്ടു വരണം".

ഡോക്ടർ സ്ഥലം വിട്ടതിന് ശേഷം, നഴ്സ് അവനോട് പറഞ്ഞു, "കാന്റീനിൽ പോകാം, കുറച്ച് കാപ്പി കുടിക്കാം"

പോകുന്നതിനു മുമ്പ് അരുൺ ആ കുട്ടിയെ ഒന്നു നോക്കി. ബലഹീനത കൊണ്ട് അവൻ കണ്ണുകൾ അടച്ചു.

കാന്റീനിലേക്ക് പോകുന്ന വഴിക്ക് അരുൺ അനിതയെ വിളിച്ച് എല്ലാ വിവരങ്ങളും പറഞ്ഞു. രണ്ടുപേരും കുറച്ച് മിനിറ്റ് നിശബ്ദരായി.

അരുൺ 2 കപ്പ് കാപ്പി വാങ്ങി, ഒന്ന് അവനും മറ്റൊന്ന് ആൺകുട്ടിക്കും. അവൻ കപ്പ് നുണഞ്ഞപ്പോൾ അനിത നിശ്ശബ്ദത ഭഞ്ജിച്ചുകൊണ്ട് അവനോട് ചോദിച്ചു,

"അരുൺ നീ ഇപ്പോൾ എന്താണ് ചെയ്യാൻ പോകുന്നത്?

അരുൺ തല ചൊറിഞ്ഞു. മറുപടി പറയും മുൻപേ അനിത അടുത്ത ചോദ്യം ചോദിച്ചു,

"ഡിസ്ചാർജ് കഴിഞ്ഞ് എങ്ങോട്ട് പോകും?"

അരുൺ ആദ്യം മുതലേ അത് തന്നെയായിരുന്നു ചിന്തിച്ചിരുന്നത്.

"സത്യത്തിൽ അവനു പോകാൻ സ്ഥലമില്ലായിരുന്നെന്ന് തോന്നുന്നു" അരുൺ ആശങ്ക കലർന്ന സ്വരത്തിൽ മറുപടി പറഞ്ഞു.

"ഞാൻ അവനെ വീട്ടിലേക്ക് കൊണ്ടു വരാൻ ആലോചിക്കുകയായിരുന്നു," അവൻ പെട്ടെന്ന് പറഞ്ഞു, തുടർന്നു.

"ഇത് നല്ല ആശയമാണോ ചീത്തയാണോ എന്ന് എനിക്ക് ഉറപ്പില്ല".

മറ്റേ അറ്റത്ത് ഒരു മിനിറ്റ് നിശബ്ദത.. അപ്പോൾ അനിത ആത്മവിശ്വാസത്തോടെ മറുപടി പറഞ്ഞു,

"ശരി, മുന്നോട്ട് പോകൂ, എന്ത് ചെയ്യണമെന്ന് നമുക്ക് പിന്നീട് ആലോചിക്കാം".

അനിത അവരുടെ വീടിന്റെ സ്റ്റോർ റൂം വൃത്തിയാക്കാൻ തുടങ്ങി. ഒരു വർഷം മുമ്പ് അമ്മ മരിക്കുന്നതു വരെ ഉപയോഗിച്ചിരുന്ന സ്റ്റോർ റൂം. പിന്നീട് സങ്കടം കാരണം അവൾ ആ മുറി ഉപയോഗിക്കുന്നത് ഒഴിവാക്കി. ഇപ്പോൾ മുറി ഉപയോഗിക്കാൻ സമയമായി. അവൾ ക്ലീനിംഗ് പൂർത്തിയാക്കിയപ്പോൾ ഡോർ ബെൽ അടിച്ചു, അവർ വീട്ടിലെത്തി.

അവൾ വാതിൽ തുറന്നു. അരുൺ ആദ്യം വന്നു, പയ്യൻ വളരെ സങ്കോചത്തോടെ പുറകിലേക്ക് പ്രവേശിച്ചു.

"അവൾ എന്റെ ഭാര്യയാണ് - അനിത", അരുൺ അവളെ പുതിയ ആളെ പരിചയപ്പെടുത്തി. അവൾ ചിരിച്ചുകൊണ്ട് തലയാട്ടി സ്വാഗതം ചെയ്തു.

"ഹായ് താങ്കളുടെ പേരെന്താണ്?" അനിത ചോദിച്ചു.

"വിജയ്" - കുട്ടി അൽപ്പം നാണത്തോടെ ഇടറിയ ശബ്ദത്തിൽ മറുപടി പറഞ്ഞു.

രണ്ടു പേരും ഫ്രെഷ് ആവൂ, അത് കഴിഞ്ഞ് ബ്രേക്ക് ഫാസ്റ്റ് കഴിക്കാം, അനിത ഊഷ്മളമായി പറഞ്ഞു.

വിജയുടെ വലതു കൈയിൽ പിഒപി ഉള്ളതിനാൽ, അരുൺ അവന്റെ വാഷ്റൂം പ്രവർത്തനങ്ങളിൽ അവനെ സഹായിച്ചു, കൂടാതെ അവന്റെ ടി-ഷർട്ടും പാന്റും അയാൾക്ക് നൽകി. അവന്റെ വസ്ത്രങ്ങൾ ആൺകുട്ടിയുടെ മെലിഞ്ഞ ശരീരത്തിന് നേരെ അയഞ്ഞിരുന്നു.

ഇടതുകയ്യിൽ ഒരു സ്പൂണുമായി വിജയ് മനസ്സില്ലാമനസ്സോടെ പ്രാതൽ കഴിക്കുകയായിരുന്നു,

അരുൺ തന്റെ പ്ലേറ്റ് പൂർണ്ണമായി തീർത്തു.

"കഴിക്കുന്നത് വളരെ മോശമാണോ?" അനിത വിജയനോട് ചോദിച്ചു.

അവളുടെ ചോദ്യം കേട്ട് ഞെട്ടിയുണർന്ന അവൻ അരുണിനെ കുഴക്കി നോക്കി.

"ഇത് രുചികരമല്ലേ?" അനിത വീണ്ടും ചോദിച്ചു.

വാക്കുകൾ തേടി വിജയ് ഉത്തരം മുട്ടി.

"എന്താ അരുൺ?, അങ്ങനെയാണോ? നീ ഒന്നും പറയുന്നില്ല," അനിതഅരുണിനോട് ചോദിച്ചു.

"അയ്യോ, പ്രിയേ,നീയുണ്ടാക്കുന്നതെല്ലാം എല്ലാം കഴിക്കാൻ എനിക്ക് വേണ്ടത്ര പരിശീലനം ഉണ്ടായിരുന്നു, വിജയ് കഴിച്ചിട്ടില്ല." അരുൺ ചിരിച്ച് കൊണ്ട് പറഞ്ഞു.

അനിതയും വിജയ് യും അരുണിനെ നോക്കി ചിരിച്ചു.

പ്രഭാതഭക്ഷണം കഴിച്ച് അരുൺ അവനെ സ്റ്റോർ റൂമിലേക്ക് കൊണ്ടുപോയി.

"കുറച്ച് വിശ്രമിക്കൂ" അരുൺ വിജയിയോട് പറഞ്ഞു.

പിന്നെ അനിതയോട് യാത്ര പറഞ്ഞ് ഓഫീസിലേക്ക് പുറപ്പെട്ടു.

വീട്ടു ജോലികളെല്ലാം തീർത്ത് അനിത പയ്യനെ കുറിച്ച് ആലോചിച്ച് അവന്റെ മുറിയിലേക്ക് പോയി. വാതിലിൽ മുട്ടുന്നതിന് മുമ്പ് അവൾ ഒരു മിനിറ്റ് കാത്തിരുന്നു, പിന്നെ അവനെ ശല്യപ്പെടുത്തരുതെന്ന് കരുതി അവൾ മനസ്സ് മാറ്റി. അവൾ നിശബ്ദയായി മടങ്ങി.

ഇപ്പോൾ സമയം 3 ആയി, ഉച്ചഭക്ഷണത്തിന് ശേഷം, ആൾ വന്നില്ല, ഇത്തവണ അനിത നേരെ വാതിലിൽ പോയി, മെല്ലെ മുട്ടി. ഉത്തരം കിട്ടാത്തതിനാൽ അവൾ മെല്ലെ വാതിൽ തുറന്നു.

അവൻ സോഫയിൽ ഉറങ്ങുകയായിരുന്നു. അവന്റെ മുഖം ക്ഷീണിച്ച ഭാവത്തിൽ ദുഃഖം നിറഞ്ഞു. ഉറക്കത്തിൽ പോലും

നെറ്റി ചുളിഞ്ഞിരിക്കും. ഇത് കണ്ട് അനിതയുടെ മനസ്സിൽ വല്ലാത്തൊരു വിമ്മിഷ്ടം തോന്നി.

ആ കുട്ടി അനുഭവിച്ച തടസ്സങ്ങൾ അവന്റെ പ്രായത്തിന് വളരെ കൂടുതലാണെന്ന് അവൾ ചിന്തിച്ചു. അവൾ ഒരു ദീർഘ ശ്വാസം വിട്ടു.

എന്നിട്ട് കഞ്ഞി നിറച്ച പാത്രം സോഫയ്ക്കടുത്തുള്ള ചെറിയ മേശയിൽ വെച്ചു, അവൾ കഴിയുന്നത്ര നിശബ്ദയായി പുറത്തിറങ്ങി.

അന്ന് വൈകുന്നേരം തന്നെ അരുൺ വീട്ടിൽ തിരിച്ചെത്തി. പയ്യന് ഉച്ചയൂണിന് ഒന്നുമില്ലെന്ന് അനിതയിൽ നിന്ന് കേട്ടു. റിഫ്രഷ് ചെയ്ത ശേഷം നേരെ സ്റ്റോർ റൂമിലേക്ക് പോയി. മെല്ലെ മുട്ടിയതിന് ശേഷം അവൻ വാതിൽ തുറന്നു.

വിജയ് ജനലിലൂടെ പുറത്തേക്ക് നോക്കുകയായിരുന്നു, അരുണിന്റെ പ്രവേശനം അറിയാതെ. അവൻ ക്രിക്കറ്റ് കാണുകയായിരുന്നു, അവന്റെ പ്രായത്തിലുള്ള ആൺകുട്ടികൾ ഗ്രൗണ്ടിൽ കളിക്കുകയായിരുന്നു.

കൗമാരപ്രായം പിന്നിട്ട ഒരു മനുഷ്യൻ എന്ന നിലയിൽ, ആ കുട്ടിയുടെ വികാരം അരുണിന് പെട്ടെന്ന് മനസ്സിലാക്കാൻ കഴിഞ്ഞു. ആ കുട്ടിയുടെ മുഖത്ത് നിരാശ നിറഞ്ഞ ഭാവം കണ്ടപ്പോൾ അവന്റെ ഹൃദയം മൃദുവായി.

അനിതയും അകത്തേക്ക് വന്നു, രണ്ടുപേരും ഒന്നു മാറി മാറി നോക്കി.

"അപ്പോൾ, ഇന്നത്തെ ദിവസം എങ്ങനെയുണ്ടായിരുന്നു?, ഇപ്പോൾ എങ്ങനെ തോന്നുന്നു?" അരുൺ പതുക്കെ ചോദിച്ചു.

പെട്ടെന്നുള്ള ഈ ശബ്ദം കേട്ട് വിജയ് ഞെട്ടിപ്പോയി, കാരണം അവൻ ആഴത്തിലുള്ള ചിന്തയിൽ എവിടെയോ ആയിരുന്നു.

"ഉം.. കൊള്ളാം," അവൻ തന്റെ അതേ പതിഞ്ഞ സ്വരത്തിൽ ഉത്തരം നൽകി.

"വേദന എങ്ങനെയുണ്ട്?" അരുൺ വീണ്ടും ചോദിച്ചു.

"അധികമില്ല" വിജയ് മറുപടി പറഞ്ഞു.

എന്റെ ഹൃദയത്തിൽ ഏറ്റ മുറിവുകളുമായി താരതമ്യപ്പെടുത്തുമ്പോൾ, ഇത് ഒന്നുമല്ല, അവൻ സ്വയം ചിന്തിച്ചു, പക്ഷേ ഒരു വാക്കുപോലും പറഞ്ഞില്ല.

പാത്രം തൊടാതെ സൂക്ഷിച്ചിരിക്കുന്നത് അനിത കണ്ടു, അവൾ അതിന് പകരം ഈവനിംഗ് സ്നാക്ക് പ്ലേറ്റ് നൽകി, ഭർത്താവിനോട് തലയാട്ടി, അവൾ മുറി വിട്ടു.

2

ഉത്തമയായ ഭാര്യ

"നമുക്ക് അവനു വേണ്ടി എന്തെങ്കിലും ചെയ്യണം", അനിത അവരുടെ കിടപ്പുമുറിയിൽ അരുണിന്റെ അടുത്ത് വന്ന് ഇരുന്നു.

അരുൺ തന്റെ ഓഫീസ് ജോലികൾ പൂർത്തിയാക്കി ലാപ്ടോപ്പ് അടച്ചു. മറുപടി പറയും മുൻപേ അവൻ അനിതയോട് ചോദിച്ചു.

ഒരിടവേളയ്ക്ക് ശേഷം അനിത പറഞ്ഞു, "അവന്റെ രൂപം കൊണ്ട് അവൻ നല്ല മനസ്സുള്ളവനായിരിക്കണം. പെരുമാറ്റത്തിൽ അവൻ നല്ലവനായി തോന്നി. അധികം സംസാരിക്കുന്നവനല്ല".

"അതായിരിക്കാം, ബുദ്ധിമുട്ടുകളും വിശ്വാസവഞ്ചനയും ഈ പ്രായത്തിൽ അവൻ നേരിട്ടത്", അരുൺ ചിന്താശൂന്യമായ സ്വരത്തിൽ പറഞ്ഞു.

"അത്താഴത്തിലും അവൻ അധികം കഴിച്ചില്ല", അനിത വിഷമിച്ചു.

"അവൻ ഉടൻ മാറുമെന്ന് പ്രതീക്ഷിക്കുന്നു, നമുക്ക് അവനെ സഹായിക്കാം" അരുൺ പറഞ്ഞു.

അതോടെ അനിത ഉറങ്ങാൻ പോയി. അരുൺ എന്തൊക്കെയോ ചിന്തകളിൽ മുഴുകി.

തന്റെ മുറിയിൽ വിജയ് കട്ടിലിൽ തളർന്നിരുന്നു. ജീവിതത്തിലൊരിക്കലും സംഭവിച്ചിട്ടില്ലാത്ത, രണ്ട് വ്യക്തികളുടെ ഈ പെട്ടെന്നുള്ള പരിചരണം, അവൻ മനസ്സിലാക്കാൻ പോകുകയായിരുന്നു. അതിരുകടന്ന നന്ദിയോടെ, അവൻ തന്റെ പുറംചട്ടയിൽ കിടന്നുറങ്ങി.

അടുത്ത ദിവസം ഞായറാഴ്ച. അങ്ങനെ അലസമായ ഒരു പ്രഭാതമായിരുന്നു. ആ കൊച്ചു വീട്ടിൽ 3 പേരും വൈകിയാണ് എഴുന്നേറ്റത്.

പ്രഭാതഭക്ഷണം കഴിച്ച്, അരുണും വിജയ് യും ഹാളിൽ ഇരുന്നു ടിവി കാണുകയായിരുന്നു. അനിത അടുക്കളയിലായിരുന്നു.

"നോക്കൂ, വിജയ്!, ഇത് പോലെ ഒരു അലസമായ ഞായറാഴ്ച രാവിലെ വിശ്രമിക്കുകയും ടിവി കാണുകയും ചെയ്തത് നല്ലതായിരുന്നു, അനിതയെപ്പോലെ ഒരു ഭാര്യയെ ലഭിച്ച ഞാൻ അനുഗ്രഹീതനാണ്, അവൾ എന്നെ ഒരു ജോലി പോലും ചെയ്യാൻ അനുവദിക്കില്ല.... .." അരുൺ പറഞ്ഞു തീരും മുമ്പേ അനിത ഒരു ബാഗ് അവന്റെ കയ്യിൽ കൊടുത്തു.

"മീറ്റ് സ്റ്റാളിൽ പോയി 1 കിലോ ചിക്കനും അര കിലോ മട്ടണും വാങ്ങൂ" എന്ന് ഉത്തരവിട്ടു.

മറുപടിക്ക് പോലും കാത്തുനിൽക്കാതെ അനിത അടുക്കളയിലേക്ക് പോയി.

"ഹേയ്! പ്രിയേ," അരുൺ എന്തോ പറയാൻ തുടങ്ങി... അടുക്കളയിൽ നിന്ന് "എല്ലില്ലാത്ത കഷണങ്ങൾ എടുക്കാൻ നോക്കൂ" എന്ന മറുപടി പെട്ടെന്ന് അവനെ തടസ്സപ്പെടുത്തി.

"വരൂ! നമുക്ക് പോകാം, നിനക്കും പഠിക്കാം, അത് ഭാവിയിൽ ഉപകാരപ്പെടും", അരുൺ വിജയ് യോടൊപ്പം പുറത്തേക്ക് പോകാൻ തുടങ്ങി.

ഞായറാഴ്ച ആയതിനാൽ സ്റ്റാളിൽ നല്ല തിരക്കായിരുന്നു. സ്റ്റാളിലും വീട്ടിലേക്കുള്ള യാത്രയിലും അരുൺ അവരുടെ അയൽവാസികളിൽ ചിലരെ കണ്ടു.

അവരെല്ലാം അവനോടൊപ്പമുള്ള പുതിയ ആളെക്കുറിച്ച് ചോദിച്ചു.

"അവൻ എന്റെ കസിൻ സഹോദരനാണ്, അകന്ന ബന്ധു," അരുൺ എല്ലാവരോടും കള്ളം പറഞ്ഞു.

അനിത ഒരു മികച്ച പാചകക്കാരിയാണ്, പതിവുപോലെ ഭക്ഷണം രുചികരവും വായിൽ വെള്ളമൂറുന്നതും ആയിരുന്നു. അവൾ ഉച്ചഭക്ഷണത്തിന് മട്ടൺ കറി ഉപയോഗിച്ച് ബിരിയാണി ഉണ്ടാക്കി.

മേശപ്പുറത്ത്, അനിത പ്ലേറ്റിൽ ബിരിയാണി വെച്ചപ്പോൾ, അരുൺ അവനു മട്ടൺ കറി വിളമ്പിയപ്പോൾ, വിജയ് വികാരങ്ങളെ നിയന്ത്രിക്കാൻ ശ്രമിച്ചു, പക്ഷേ പരാജയപ്പെട്ടു. അവന്റെ കണ്ണുകളിൽ കണ്ണുനീർ തുള്ളികൾ ഒഴുകുന്നുണ്ടായിരുന്നു, ഒരു തുള്ളി അവന്റെ കവിളിലൂടെ ഒഴുകി.

"എന്റെ ജീവിതത്തിൽ ആരും എന്നോട് സ്നേഹവും ദയയും കാണിച്ചിട്ടില്ല, ഒരിക്കൽ പോലും എനിക്ക് ഇതുപോലെ ഭക്ഷണം വിളമ്പിയിട്ടില്ല," വിജയ് വിറയാർന്ന ശബ്ദത്തിൽ പറഞ്ഞു.

അരുൺ അവന്റെ പുറകിൽ മെല്ലെ തലോടി. കുറച്ചു നേരം എല്ലാവരും ഒന്നും മിണ്ടാതെ ഭക്ഷണം കഴിച്ചു.

ഉച്ചഭക്ഷണത്തിന് ശേഷം അവർ അൽപം വിശ്രമിച്ചു. വൈകുന്നേരം അവർ ഷോപ്പിംഗിനായി പുറപ്പെട്ടു. വിജയ്ക്ക്

ധരിക്കാൻ വസ്ത്രങ്ങൾ ഇല്ലാതിരുന്നതിനാൽ അവർ അവയിൽ ചിലത് വാങ്ങി.

ആദ്യം അവൻ ഒരുപാട് നിരസിച്ചു, അനിതയുടെയും അരുണിന്റെയും നിർബന്ധത്തിന് ശേഷം അവൻ സമ്മതിച്ചു. അവന്റെ പഴയ ഫോൺ അക്രമികൾ തകർത്ത് കളഞ്ഞതിനാൽ അവർ അവനുവേണ്ടി ഒരു പുതിയ സെൽഫോണും വാങ്ങി.

അത്താഴം കഴിഞ്ഞ് അവർ വീട്ടിലേക്ക് മടങ്ങി. ആ സായാഹ്നം വിജയുടെ ജീവിതത്തിൽ ഒരു പുതിയ അനുഭവമായിരുന്നു.

ഒരുപാട് നാളുകൾക്ക് ശേഷം ആ രാത്രി അവൻ സുഖമായി ഉറങ്ങി.

പിറ്റേന്ന്, തിങ്കളാഴ്ച, രാവിലെ, അരുൺ ഓഫീസിലേക്ക് ഒരുങ്ങുന്നതിന്റെ തിരക്കിലാണ്, അവന്റെ മൊബൈൽ ഫോൺ റിംഗ് ചെയ്തു. ആശുപത്രിയിലെ എല്ലാ വിശദാംശങ്ങളും എടുത്ത കോൺസ്റ്റബിളിൽ നിന്നാണ് കോൾ. ഉടൻ തന്നെ വിജയ്ക്കൊപ്പം പോലീസ് സ്റ്റേഷനിൽ വരാൻ അരുണിനോട് ആവശ്യപ്പെട്ടു.

വിജയ്ക്കൊപ്പം പോലീസ് സ്റ്റേഷനിൽ വരാൻ കോൺസ്റ്റബിൾ അരുണിനോട് ആവശ്യപ്പെട്ടു.

2 മണിക്കൂർ പെർമിഷൻ കിട്ടാൻ ഓഫീസിലെ എച്ച്ആറിനെ വിളിച്ചപ്പോൾ തിങ്കളാഴ്ച രാവിലെ ആയതിനാൽ എച്ച്ആർ ദേഷ്യപ്പെട്ടു.

അതെല്ലാം ഏറ്റുവാങ്ങി അരുൺ വിജയ്ക്കൊപ്പം ഏരിയാ പോലീസ് സ്റ്റേഷനിലേക്ക് പോയി.

ക്രിമിനലുകളെയും പൊതുജനങ്ങളെയും പോലീസുകാരെയും കൊണ്ട് സ്റ്റേഷൻ നിറഞ്ഞു. എല്ലാവരും അവരവരുടെ ജോലിയിൽ മുഴുകി.

അവർ സ്റ്റേഷനിൽ പ്രവേശിച്ചപ്പോൾ, തന്റെ സുഹൃത്തുക്കൾ രണ്ടുപേരും ഷർട്ടില്ലാതെ ഒരു മൂലയിൽ മുട്ടുകുത്തി നിൽക്കുന്നത് വിജയ് ശ്രദ്ധിച്ചു.

കോൺസ്റ്റബിൾ അവരെ സബ് ഇൻസ്പെക്ടർക്ക് പരിചയപ്പെടുത്തി. എസ് ഐ അവരോട് ഇരിക്കാൻ പറഞ്ഞു.

അവൻ വിജയിയെ മുകളിലേക്കും താഴേക്കും നോക്കി, അവന്റെ മുറിവുകൾ ശ്രദ്ധയോടെ ശ്രദ്ധിച്ചു. ഔപചാരികമായ ചില ചോദ്യങ്ങൾക്ക് ശേഷം, അദ്ദേഹം ഒരിക്കൽ കൂടി വിജയിയോട് സംഭവത്തെക്കുറിച്ച് അന്വേഷിച്ചു.

അരുണിന്റെ വിശദാംശങ്ങളെക്കുറിച്ചും കേസുമായി എങ്ങനെ ബന്ധപ്പെട്ടുവെന്നും അദ്ദേഹം ചോദിച്ചു.

എന്നിട്ട് പറഞ്ഞു തുടങ്ങി.

"നോക്കൂ, മിസ്റ്റർ അരുൺ! അവന്റെ സുഹൃത്തുക്കളിൽ നാലഞ്ച് പേർ ഉൾപ്പെട്ടതിൽ ഞങ്ങൾക്ക് 2 പേരെ മാത്രമേ പിടികൂടാനായുള്ളൂ. മറ്റുള്ളവർ രക്ഷപ്പെട്ടു, ഇവർ വിജയ് യുടെ ജോലി സ്ഥലത്തെ വളർച്ചയിൽ അസൂയപ്പെട്ടു, അതാണ് കാരണം. അല്ലാതെ ഇതിനു പിന്നിൽ വലിയ ഉദ്ദേശമില്ല, അവർ അവനിൽ നിന്ന് എടുത്ത പണം മുഴുവൻ ചെലവഴിച്ചു. കൗമാരക്കാരായ ആൺകുട്ടികൾ ആയതിനാൽ അവരുടെ പ്രായം കണക്കിലെടുത്ത് ഞാൻ എഫ്ഐആർ ഫയൽ ചെയ്തില്ല. കർശനമായ മുന്നറിയിപ്പിന് ശേഷം അവരെ വിട്ടയക്കാം എന്ന് ഞാൻ വിചാരിക്കുന്നു, നിങ്ങൾ എന്ത് പറയുന്നു? ഈ ചെറിയ പ്രശ്നങ്ങൾക്ക് ഞങ്ങൾക്ക് സമയമില്ല, നിങ്ങൾ തിരക്കിലാണെന്നും ഇത് കൈകാര്യം ചെയ്യാൻ സമയമില്ലെന്നും ഞാൻ കരുതുന്നു" അയാൾ പരുക്കൻ സ്വരത്തിൽ അവസാനിപ്പിച്ചു.

അരുണും വിജയ് യും പരസ്പരം നോക്കി.

വിജയ് തലയാട്ടി, അരുൺ പറഞ്ഞു, "എസ്ഐയുടെ നിർദ്ദേശം ഞങ്ങൾ സമ്മതിച്ചു"

"ശരി, പ്രശ്നം പരിഹരിച്ചു, നിങ്ങൾക്ക് ഇപ്പോൾ പോകാം" എസ്ഐ പറഞ്ഞു.

രണ്ടുപേരും നന്ദി പറഞ്ഞ് സ്റ്റേഷനിൽ നിന്ന് ഇറങ്ങി,

വീട്ടിലേക്കുള്ള വഴിയിൽ, ഇൻസ്പെക്ടറിൽ നിന്ന് തനിക്ക് ലഭിച്ച ബഹുമാനം, അരുണിനാണെന്ന് വിജയ് മനസ്സിലാക്കി, ഇവിടെ ഒറ്റയ്ക്ക് വന്നാൽ, ഇൻസ്പെക്ടർക്ക് നന്നായി അറിയാം. അവനെ ഇരുത്താൻ പോലും മെനക്കെടില്ല. അവൻ തന്റെ അരികിൽ ഇരിക്കുന്ന അരുണിനെ നോക്കി.

"ഞാൻ കാരണം നിങ്ങൾ കുഴപ്പത്തിലാണ്," വിജയ് ആശങ്ക കലർന്ന സ്വരത്തിൽ പറഞ്ഞു.

"ഹേയ്, കുഴപ്പമില്ല മോനേ, വിഷമിക്കേണ്ട", അരുൺ മറുപടി പറഞ്ഞു.

"ഞാൻ പുറത്തുപോയി ജോലിയെടുത്ത് നിങ്ങളെ ശല്യപ്പെടുത്താതെ എന്റെ ജീവിതം നയിക്കാം", വിജയ് പതുക്കെ പറഞ്ഞു.

അരുൺ അവനെയും അവന്റെ പിഒപിയെയും ഒന്നുനോക്കി, " ആരാണ് നിനക്ക് ഇപ്പോൾ വാഗ്ദാനം ചെയ്യാൻ തയ്യാറാകുന്നത്? അധികം ചിന്തിക്കരുത്, നിങ്ങൾ ഇതിൽ നിന്ന് ഭേതമാകുന്നത് വരെ മിണ്ടാതിരിക്കുക. അപ്പോൾ ഞങ്ങൾ ചെയ്തുകൊള്ളാം", അരുൺ വിഷയം പൂർത്തിയാക്കി റോഡിൽ ശ്രദ്ധ കേന്ദ്രീകരിച്ചു.

വിജയ് ഇവിടെ വന്നിട്ട് ഏകദേശം ഒരാഴ്ചയായി. മുറിയിൽ പുതിയ മൊബൈൽ ഫോണുമായി അയാൾ പകലിന്റെ ഭൂരിഭാഗവും ചെലവഴിച്ചു.

അരുൺ ഓഫീസിൽ നിന്ന് മടങ്ങിയതിന് ശേഷം വൈകുന്നേരം മാത്രമാണ് അവൻ പുറത്തിറങ്ങുന്നത്. അനിതയുടെ സാന്നിധ്യത്തിൽ അയാൾക്ക് നാണം തോന്നി. അതുകൊണ്ട് അവൻ അവളുടെ കൂടെ തനിച്ചാകുന്നത് ഒഴിവാക്കി. അവളും അത് നിരീക്ഷിച്ചു. ഒരുപക്ഷേ അവന്റെ

പ്രായവും ഹോർമോണുകളും, അവൾ ഊഹിച്ചു. അവൾ അരുണിനോട് ഇക്കാര്യം സൂചിപ്പിച്ചു.

പതിയെ അയാൾ കുടുംബവുമായി ഇടപഴകാൻ തുടങ്ങി. മൊബൈലും ലാപ്ടോപ്പും എങ്ങനെ ഉപയോഗിക്കണമെന്ന് അരുൺ അവനെ പഠിപ്പിച്ചു.

വിജയ് യുടെ അടുത്ത ചെക്കപ്പിനായി അവർ ഹോസ്പിറ്റലിലേക്ക് പോയി. അദ്ദേഹത്തിന്റെ ഒടിവ് ഒഴികെ മിക്കവാറും എല്ലാ മുറിവുകളും ഭേദമായി.

അവന്റെ POP നീക്കം ചെയ്യാൻ ഒരു മാസമെടുക്കുമെന്ന് ഡോക്ടർ പറഞ്ഞു. അതുവരെ അവൻ ഇങ്ങനെ തന്നെ ഇരിക്കണം. ഇത് കേട്ട് വിജയ്ക്ക് ദേഷ്യം വന്നു. ഒന്നും ചെയ്യാതെയിരുന്നു അവനു മടുത്തു.

3

ഭൂതകാലം

ഒരു ദിവസം ഓഫീസിൽ നിന്ന് വീട്ടിലെത്തിയ അരുൺ അനിതയോട് വിജയിയെ കുറിച്ച് ചോദിച്ചു. അനിത പറഞ്ഞു, അവൻ അടുത്തുള്ള പാർക്കിൽ പോയി.

വൈകുന്നേരത്തെ സൂര്യാസ്തമയത്തിൽ പാർക്ക് മനോഹരമായി കാണപ്പെട്ടു. കുട്ടികൾ സന്തോഷത്തോടെ കളിക്കുന്നു, 40 വയസ്സിനു മുകളിലുള്ളവർ വ്യായാമവും നടത്തവും ചെയ്യുന്നു, 60 വയസ്സിനു മുകളിലുള്ളവർ വെറുതെ ഇരുന്ന് അവരെ നോക്കി.

ഒരു മൂലക്കല്ല് ബഞ്ചിൽ ഒറ്റയ്ക്ക് ഇരിക്കുന്ന വിജയിയെ അരുൺ കണ്ടെത്തി. അവൻ ആശങ്കാകുലനായി കാണപ്പെട്ടു, അവന്റെ നെറ്റി ചുളിഞ്ഞു. അരുൺ അവന്റെ അടുത്ത് ചെന്ന് അരികിൽ ഇരുന്നു.

"എന്തു പറ്റി?" അരുൺ ചോദിച്ചു.

അവൻ ഒന്നുമില്ല എന്ന മട്ടിൽ തലയാട്ടി.

"എന്നോട് പറയൂ,എന്താണ് നിങ്ങളെ അലട്ടുന്നത്?"

കുറച്ച് മിനിറ്റ് നിശബ്ദതയ്ക്ക് ശേഷം വിജയ് പറഞ്ഞു, "ഇത് എന്നെ ഒന്നും ചെയ്യാൻ അനുവദിക്കാതെ കൊല്ലുന്നു"

"ശരി.... നിന്റെ യോഗ്യത പറയൂ, നിനക്ക് പറ്റിയ ഒരു ജോലി ഞാൻ അന്വേഷിച്ച് കണ്ടു പിടിക്കാം, നീ ഈ വലിയ ബാൻഡേജിൽ നിന്ന് പുറത്ത് വന്നാൽ പിന്നെ നിനക്ക് ചേരാം".

വിജയ് തല താഴ്ത്തി നിന്നു. കുറച്ചു നേരം അവൻ ഒന്നും മിണ്ടിയില്ല. അതിനു ശേഷം പതിയെ പറഞ്ഞു.

പത്താം ക്ലാസ് മാത്രം.....

"അതിനു ശേഷം താല്പര്യമില്ലേ? തോറ്റോ? അരുൺ ചോദിച്ചു.

"ഇല്ല, എനിക്ക് പഠിക്കാൻ വളരെ ഇഷ്ടമാണ്, പബ്ലിക് എക്സാമിലും നല്ല മാർക്ക് വാങ്ങി. യഥാർത്ഥത്തിൽ ഞാൻ എഞ്ചിനീയറിംഗ് ചെയ്യാൻ സ്വപ്നം കണ്ടു,അത് എത്രത്തോളം സാധ്യമാകും എന്ന് ഉറപ്പില്ലായിരുന്നിട്ടും..."

"പിന്നെ, എന്താണ് സംഭവിച്ചത്?"

ഒരിടവേളയ്ക്ക് ശേഷം വിജയ് തുടർന്നു, "ഞാൻ അനാഥാലയത്തിൽ പതിനൊന്നാം ക്ലാസ് പഠിക്കുമ്പോഴാണ് അനാഥാലയ അധികൃതരുടെ ക്രൂരമുഖം ഞാൻ അറിയുന്നത്.

"യഥാർത്ഥത്തിൽ ഞങ്ങളുടെ അനാഥാലയത്തിലേക്ക് ധാരാളം ഫണ്ടുകൾ വന്നിരുന്നു, എൻആർഐയുടെ സർക്കാർ ഹെൽപ്പ് ലൈനും പ്രാദേശിക ബിസിനസ്സുകാരും സംഭാവന നൽകി. ഭൂരിഭാഗം പണവും ട്രസ്റ്റിമാർ ദുരുപയോഗം ചെയ്തു. അവരുടെ സമ്പത്തിന് വേണ്ടി അവർ നമ്മുടെ പണം തട്ടിയെടുക്കുകയായിരുന്നു. നല്ല ഭക്ഷണം, വസ്ത്രം, പുസ്തകങ്ങൾ പോലും അവർ നമുക്ക് നൽകുന്നില്ല.. നമ്മുടെ ജീവിതം നമ്മുടെ കൺമുന്നിൽ വെച്ച് നശിപ്പിച്ചിരിക്കുന്നു. അതിനെക്കുറിച്ച് ഞാൻ ചോദ്യങ്ങൾ ഉന്നയിച്ചു, അവർ എന്നോട് മിണ്ടാതിരിക്കാൻ മുന്നറിയിപ്പ് നൽകി. പക്ഷേ ഞാൻ അവഗണിച്ചു, അവരുടെ വ്യാജരേഖ ലോകത്തിന് മുന്നിൽ കൊണ്ടു വരാൻ ശ്രമിച്ചു. എന്നെ ഒഴിവാക്കാൻ, അവർ

എനിക്കെതിരെ പോലീസിൽ വ്യാജ പരാതി നൽകി, ഞാൻ ഓഫീസിൽ നിന്ന് പണം മോഷ്ടിച്ചു എന്ന് പറഞ്ഞു. ഞാൻ എങ്ങനെയോ അവിടെ നിന്നും രക്ഷപെട്ടു....."

മൗനത്തിനു ശേഷം വിജയ് തുടർന്നു, "അതിനുശേഷം ഭക്ഷണത്തിനും പാർപ്പിടത്തിനും വേണ്ടി ഞാൻ ഒരുപാട് കഷ്ടപ്പെട്ടു. അതിരാവിലെ വീടുകളിൽ പത്രവിതരണം, ഹോട്ടലിലെ സെർവർ, പെട്രോൾ ബങ്ക്, കൊറിയർ ബോയ്, തുടങ്ങി പലതരം ജോലികൾ ഞാൻ ചെയ്തു. ആ സമയത്താണ് ഞാൻ ഈ ലോകത്തെ കുറിച്ച് ശരിക്കും അറിഞ്ഞത്... ശരിക്കും മനുഷ്യർ....ഇവരെല്ലാം പണത്തിന് പുറകെ ഓടുകയായിരുന്നു... പണത്തിന് വേണ്ടി മാത്രം എന്തും ചെയ്യും....സ്നേഹവും ദയയും വിശ്വസ്തതയും ഇല്ലായിരുന്നു.....അവസാനം ആ ലാത്ത് ഫാക്ടറിയിൽ എത്തി. എന്റെ ഹയർസെക്കൻഡറി പൂർത്തിയാക്കാനും ജീവിക്കാൻ സ്വന്തമായി ഒരു ചെറിയ ബിസിനസ്സ് തുടങ്ങാനും ഞാൻ ആഗ്രഹിച്ചു. അതിന് എനിക്ക് പണം ആവശ്യമായിരുന്നു. ഞാൻ കഠിനാധ്വാനം ചെയ്യുകയും പണം ലാഭിക്കുകയും ചെയ്തു, അതേസമയം എന്റെ സഹപ്രവർത്തകർ അവരുടെ വരുമാനം അശ്രദ്ധമായി ചെലവഴിക്കുകയായിരുന്നു. എല്ലാവിധത്തിലും അവർ ജീവിതം ആസ്വദിച്ചു.....എന്റെ കൈയിൽ കാശുണ്ടെന്നറിഞ്ഞപ്പോൾ അവർ..." അവൻ ഒരു ദീർഘ നിശ്വാസം വിട്ടു.

എങ്ങും നിശ്ശബ്ദത നിറഞ്ഞു....ആളുകളെല്ലാം പോയി, പാർക്ക് ശൂന്യമാണ്, അടക്കാനുള്ള സമയമായി....

"അവന്റെ പ്രായത്തിന് ഒരുപാട് തടസ്സങ്ങൾ"- അനിതയുടെ വാക്കുകൾ അരുണിന്റെ മനസ്സിൽ ഓടിക്കൊണ്ടിരുന്നു. എപ്പോഴെങ്കിലും ഇതറിഞ്ഞാൽ അവൾ

കരയും, പറയാതിരിക്കുന്നതാണ് നല്ലത്, അയാൾ ചിന്തിച്ചു.

"സോറി ബ്രോ" അരുൺ നിശബ്ദത ഭഞ്ജിച്ചു, സങ്കടത്തോടെ പറഞ്ഞു. അവൻ ചിന്താപൂർവ്വം താടിയെല്ലിൽ മാന്തികുഴിയുണ്ടാക്കി..

"ശരി, ഇപ്പോൾ നീ ആദ്യം ഹയർസെക്കണ്ടറി പൂർത്തിയാക്കൂ. പഠിക്കാൻ ഈ കാലയളവ് പ്രയോജനപ്പെടുത്തൂ. നിങ്ങൾക്ക് ഒരു പ്രൈവറ്റ് വിദ്യാർത്ഥിയായി നേരിട്ട് പന്ത്രണ്ടാം പരീക്ഷ എഴുതാം. അതിന് നിങ്ങൾ ആദ്യം ഒരു ട്യൂട്ടോറിയൽ സെന്ററിൽ ചേരണം. അത് ഞാൻ നോക്കാം", അരുൺ ഉറച്ച സ്വരത്തിൽ പറഞ്ഞു.

പിന്നെ അവൻ പോകാൻ തുടങ്ങി, പക്ഷേ വിജയ് അവന്റെ കൈ പിടിച്ചു.

"പണമെല്ലാം, നിങ്ങൾ എനിക്ക് വേണ്ടി ചിലവഴിക്കുന്നു- അതിന്റെ പൂർണ്ണമായ കണക്ക് സൂക്ഷിക്കുക, ഞാൻ തീർച്ചയായും അത് തിരിച്ച് തരാം" വിജയ് തന്റെ കണ്ണുകളിൽ ദൃഢനിശ്ചയത്തോടെ പറഞ്ഞു.

"തീർച്ചയായും.... ഇനി ആദ്യം നിന്റെ പഠനത്തിൽ ശ്രദ്ധ കേന്ദ്രീകരിക്കുക".

"എന്റെ ജീവിതത്തിൽ പാറകളും മുള്ളുകളും നിറഞ്ഞ പാതയായിരുന്നു, ചില പൂക്കളും ഉണ്ടെന്ന് നിങ്ങൾ രണ്ടുപേരും എനിക്ക് കാണിച്ചുതരുന്നു."

"വാ പോകാം"

കൈകൾ കൂട്ടിക്കെട്ടി അവർ നടന്നു.

ഒരു മാസം കഴിഞ്ഞു. വിജയുടെ പിഒപി അപ്പോഴേക്കും നീക്കം ചെയ്തു. അവൻ ഫിസിയോതെറാപ്പി ആരംഭിച്ചു. പതിയെ അയാൾ കൈയുടെ പ്രവർത്തനം വീണ്ടെടുത്തു.

അതിനിടയിൽ അരുൺ ഒരു ട്യൂട്ടോറിയൽ സെന്റർ കണ്ടെത്തി വിജയിയെ അവിടെ പ്രവേശിപ്പിച്ചു. അയാൾക്ക് ആവശ്യമായ എല്ലാ പുസ്തകങ്ങളും വാങ്ങി. വിജയ് സ്ഥിരമായി ക്ലാസുകളിൽ പങ്കെടുക്കാൻ തുടങ്ങി. ആത്മാർത്ഥമായി പഠിക്കാൻ തുടങ്ങി. ക്ലാസുകളുടെ സഹായത്താലും ഗൂഗിൾ സെർച്ചിന്റെ ലഭ്യതയാലും അരുണിൽ നിന്നുള്ള ചില നുറുങ്ങുകളാലും ഉടൻ തന്നെ അയാൾ തന്റെ ഫോം വീണ്ടെടുത്തു.

ദിവസങ്ങൾ അതിവേഗം കടന്നുപോയി. അരുൺ അവന്റെ ടൂ വീലറിന്റെ താക്കോൽ കൊടുത്തു. വിജയ് അത് ഉപയോഗിച്ചാണ് ക്ലാസുകളിൽ പങ്കെടുക്കുന്നത്. ഇപ്പോൾ അവനെ ഫോർ വീലർ ഡ്രൈവിംഗ് പഠിപ്പിക്കുകയാണ് .

മനോഹരമായ ഒരു ഞായറാഴ്ചയായിരുന്നു അത്. സൂര്യൻ പടിഞ്ഞാറോട്ടുള്ള യാത്ര തുടങ്ങി. ഓറഞ്ചും നീലയും കലർന്ന ആകാശം വളരെ റൊമാന്റിക് ആയി പ്രത്യക്ഷപ്പെട്ടു. ഡ്രൈവിംഗ് ക്ലാസ് കഴിഞ്ഞു അരുണും വിജയും വീട്ടിലേക്ക് കയറി. വിജയ് നേരെ വാഷ്റൂമിലേക്ക് പോയി.

അരുൺ അടുക്കളയിലേക്ക് നീങ്ങി, അവിടെ അനിത അത്താഴത്തിന് ഗോതമ്പ് മാവ് തയ്യാറാക്കുകയായിരുന്നു. അരുൺ അവളെ പിന്നിൽ നിന്ന് കെട്ടിപിടിച്ചു, ഉടനെ അവളുടെ കഴുത്തിൽ ഒരു മനോഹരമായ ചുംബനം നൽകി. അനിത തന്റെ കൈമുട്ട് ഉപയോഗിച്ച് അവന്റെ വയറ്റിൽ കുത്തുകയും അവനെ ഒഴിവാക്കാൻ പാടുപെടുകയും ചെയ്തു.

"എനിക്ക് നിന്നോട് ദേഷ്യം വന്നു"

"എന്തിനാ?"

"ഒരുപാട് നാളായി എന്നെ ഡ്രൈവിംഗ് പഠിപ്പിക്കണമെന്ന് ഞാൻ നിന്നോട് അഭ്യർത്ഥിച്ചു, നിങ്ങൾ വന്നില്ല. നോക്കൂ!

ഇപ്പോൾ നിങ്ങൾ അവനെ പഠിപ്പിക്കുന്നു", അനിത മാവിൽ തന്റെ അസൂയ കാണിച്ചു.

അരുൺ അവളെ തന്റെ നേർക്ക് തിരിച്ചു. അനിത അവനെ നോക്കിയില്ല. അവൾ മറ്റെവിടെയോ നോക്കുകയായിരുന്നു. അരുൺ തന്റെ ചിരി മറയ്ക്കാൻ കിണഞ്ഞു ശ്രമിച്ചു.

"ഇപ്പോൾ പോകൂ, ഞാൻ നിന്നോട് സംസാരിക്കില്ല",

"അയ്യോ, പ്രിയേ! എന്നെ നോക്കൂ! എന്തിനാണ് ഡ്രൈവിംഗ് പഠിക്കാൻ ആഗ്രഹിക്കുന്നത്? മികച്ച ഡ്രൈവിംഗ് വൈദഗ്ധ്യമുള്ള ഒരു സ്ഥിരം ഡ്രൈവറെ നിങ്ങൾക്ക് ലഭിച്ചു, നിങ്ങളുടെ മുന്നിൽ നിൽക്കുന്നു.

അവൾ അവനെ ദേഷ്യത്തോടെ നോക്കി, അനിത ലിവിംഗ് ഏരിയയിലേക്ക് നീങ്ങാൻ തുടങ്ങി.

"ആ ഉഗ്രമായ നോട്ടത്തിൽ നിങ്ങൾ വളരെ സുന്ദരിയാണ് പ്രിയേ", അരുൺ അവളെ പിന്തുടർന്നു, അവൾ രക്ഷപ്പെടും മുമ്പ്, അയാൾ അവളെ പിടികൂടി. അവളെ ഇറുകെ കെട്ടിപ്പിടിച്ചു

"നിനക്ക് ചെറിയ തോതിൽ പോലും എന്തെങ്കിലും അപകടത്തിന്റെ രൂപത്തിൽ സംഭവിച്ചാൽ എനിക്ക് സഹിക്കാൻ കഴിയില്ല, അതുകൊണ്ടാ, ശരി! അടുത്ത തവണ നീയും ഞങ്ങളോടൊപ്പം ചേരൂ", അവൻ അവളുടെ ചെവിയിൽ മന്ത്രിച്ചു.

അതേ സമയം വാഷ്റൂമിൽ നിന്ന് പുറത്തിറങ്ങിയ വിജയ് ഈ റൊമാന്റിക് സീൻ കാണാനിടയായി. ഉടനെ അവൻ തിരിഞ്ഞ് തന്റെ മുറിയിലേക്ക് ഓടി. അവൻ അൽപ്പം നാണം കെട്ടു. അവന്റെ മുഖം നാണത്താൽ ചുവന്നു. സ്വയം ശാന്തമാകാൻ കുറച്ച് സമയമെടുത്തു.

അടുത്ത ദിവസം, അത് ദക്ഷിണേന്ത്യൻ സംസ്കാരത്തിലെ നശിക്കുന്ന ദിവസമായ 'ആദി അമാവാസി' ആയിരുന്നു. വീടു നിറയെ 'സാംബ്രാണി' പുകമണം കൊണ്ട് നിറഞ്ഞിരുന്നു.

അരുൺ ഓഫീസിലേക്ക് പോയി. വിജയ് ക്ലാസ്സിലേക്ക് പോകാൻ ഒരുങ്ങുകയായിരുന്നു.

അവൻ ഹാളിൽ കയറിയപ്പോൾ അനിത പൂജാമുറിയിൽ നിന്ന് ആരതി തകിടുമായി പുറത്തേക്ക് വരുന്നുണ്ടായിരുന്നു. അവളെ കണ്ടപ്പോൾ തന്നെ വിജയ് അവിടെയെത്തി. ചുവന്ന ജാരി ബോർഡറുള്ള ആ മഞ്ഞ 'കഞ്ചിവരം' പട്ടുസാരിയിൽ അവൾ അതീവ സുന്ദരിയായിരുന്നു. കത്തിച്ച കർപ്പൂരത്തിൽ നിന്ന് ഓറഞ്ച് ജ്വാല കാരണം അവളുടെ മുഖം തിളങ്ങുന്നുണ്ടായിരുന്നു. അവൾ 'മഹാലക്ഷ്മി' ദേവിയെപ്പോലെയായിരുന്നു.

അവൾ അവന് വിഭൂതി നൽകാൻ വിളിച്ചു, അവൻ നിശ്ചലനായിരുന്നു.

"വിജയ്" അവൾ മൂന്നാം തവണയും അവന്റെ പേര് വിളിച്ചു, ഇപ്പോഴും പ്രതികരണമില്ല. അവൾ തന്നെ അവന്റെ നെറ്റിയിൽ മഞ്ഞൾ കുങ്കുമം ചാർത്തി പൂജാമുറിയിലേക്ക് പോയി.

സംഭവിക്കുന്നതെല്ലാം ഒരു സ്വപ്നം പോലെയാണ് അവന് തോന്നിയത്.

"അനിത"

ക്ലാസ്സിൽ പേര് വിളിച്ചപ്പോൾ വിജയ് പെട്ടെന്ന് തലയുയർത്തി പെൺകുട്ടികളുടെ ഭാഗത്തേക്ക് നോക്കി.

"ഉത്തരം പറയൂ" മാഡം ചോദിച്ചു.

ദിവ്യ ഭാവത്തിൽ അതേ 'തിളങ്ങുന്ന' മുഖവുമായി അനിത അവിടെ നിൽക്കുന്നത് കണ്ടപ്പോൾ വിജയ് ഞെട്ടിപ്പോയി.

അവൻ വീണ്ടും നോക്കി.

ഇപ്പോൾ അവിടെ മറ്റൊരു അനിത പ്രത്യക്ഷപ്പെട്ടു, ആ ക്ലാസ്സിലെ പെൺകുട്ടി ആയിരുന്നു അത്, അവൾ ചോദ്യത്തിന് ഉത്തരം പറഞ്ഞു.

അവൻ വളരെ നേരം മിണ്ടാതെ അവളെ തന്നെ നോക്കിയിരുന്നതിനാൽ, അവളുടെ ഉത്തരം പൂർത്തിയാക്കിയ ശേഷം, അവൾ അവനെ നോക്കി പുഞ്ചിരിച്ചു.

വിജയുടെ ഹൃദയത്തിൽ ചിത്രശലഭങ്ങൾ ചുറ്റിക്കറങ്ങി, അതേസമയം അടിവയറ്റിലെവിടെയോ ഒരു കുരുക്ക് മുറുകി.

ഇപ്പോൾ ഏകദേശം 6 മാസം കഴിഞ്ഞു. ജീവിതം സുഗമമായ താളത്തിലാണ് പോകുന്നത്. ഒരു സൂചനയും നൽകാതെ പതിവുപോലെ സൂര്യോദയത്തോടെ ദിവസം ആരംഭിച്ചു.

ആന്ധ്രാ അതിർത്തിക്കടുത്തുള്ള നെല്ലൂരിൽ തന്റെ ബ്രാഞ്ച് ഓഫീസ് നടത്തിയ ഔദ്യോഗിക യോഗത്തിൽ പങ്കെടുക്കേണ്ടതിനാൽ, സൂര്യോദയത്തിന് മുമ്പ് തന്നെ അരുൺ വീട്ടിൽ നിന്ന് ഇറങ്ങി.

സമയം രാവിലെ 10 മണി ആയിരുന്നു. വിജയ് ഇതുവരെ വീട്ടിൽ നിന്ന് ഇറങ്ങിയിട്ടില്ല. പ്രാതൽ കഴിച്ച് അടുക്കളയിൽ പാത്രം കഴുകുന്ന അനിത. ആദ്യം അവളുടെ ഫോൺ റിംഗ് ചെയ്യുന്നത് അവൾ ശ്രദ്ധിച്ചില്ല. ഡൈനിങ്ങ് ടേബിളിൽ അവശേഷിച്ച പാത്രങ്ങൾ എടുക്കാൻ വന്നപ്പോൾ അവളുടെ ഫോൺ തുടർച്ചയായി രണ്ടാം തവണയും റിംഗ് ചെയ്തു. അവൾ അതെടുത്തു ചെവിയിൽ വച്ചു. ആ വാർത്ത കേട്ടപ്പോൾ അവളുടെ ഹൃദയത്തിൽ പെട്ടെന്ന് ഒരു ഞെട്ടൽ അലയടിച്ചു.

അവളുടെ മനസ്സിന്റെ പ്രവർത്തനം നിലച്ചതിനാൽ, അതിന് വാർത്തകൾ വേണ്ടത്ര പ്രോസസ്സ് ചെയ്യാൻ കഴിഞ്ഞില്ല. കുറച്ച് മിനിറ്റുകളോളം അവൾ പ്രതികരിച്ചില്ല. അവളുടെ ശരീരം വിറക്കാൻ തുടങ്ങി, ഫോൺ അവളുടെ കയ്യിൽ നിന്നും വഴുതി നിലത്ത് എത്തി, സ്വിച്ച് ഓഫ് ആയി.

'അരുൺ അപകടത്തിൽപ്പെട്ടു, നെല്ലൂരിനടുത്തുള്ള ആശുപത്രിയിൽ പ്രവേശിപ്പിച്ചു' അവൾ ഫോണിലൂടെ കേട്ടു. അവൾ സ്വയം നിയന്ത്രിക്കാൻ ദീർഘ ശ്വാസമെടുക്കാൻ തുടങ്ങി.

ശബ്ദം കേട്ട് വിജയ് സ്വീകരണമുറിയിലേക്ക് ഓടി. അനിത അവിടെ ശ്വാസം മുട്ടി വിറച്ചു നിൽക്കുന്നത് അവൻ കണ്ടു. അവൻ മൊബൈൽ ഫോണിലേക്ക് കൈ നീട്ടി അതെടുത്ത് സ്വിച്ച് ഓൺ ചെയ്തു. അതേ സമയം ഫോൺ വീണ്ടും ശബ്ദിക്കാൻ തുടങ്ങി.

വിജയ് കോൾ എടുത്ത് വാർത്ത കേട്ടു. അരുണിന്റെ എച്ച്ആർ ഫോണിലൂടെ സംസാരിച്ചു കൊണ്ട് ഒരിക്കൽ കൂടി വിശദാംശങ്ങൾ അറിയിച്ചു. എച്ച്ആർ അനിതയുടെ സുഖവിവരം ചോദിച്ചു, സ്ഥിരീകരിച്ചതിന് ശേഷം, അരുണിന്റെ രണ്ട് ഓഫീസ് സഹപ്രവർത്തകർ അനിതയെ കൂട്ടി ക്കൊണ്ടുപോകാൻ ഓഫീസ് വാഹനത്തിൽ ഇവിടെ വരുന്നുണ്ടെന്ന് അറിയിച്ചു.

"ഇല്ല... ഒന്നുമില്ല.... അധികം ആലോചിക്കേണ്ട അനിത, നീ അവിടെ എത്തിയാലുടൻ അരുണിന്റെ കൂടെ പോകും.. എല്ലാം ശരിയാകും.... പ്ലീസ് ശാന്തമായിരിക്കുക... സ്വയം നിയന്ത്രിക്കുക", - ഇതാണ് യാത്രയിലുടനീളം അനിത സ്വയം ജപിക്കുന്നത്.

എന്തോ വിചിത്രമായിരുന്നു...അവൾക്ക് അത് മനസ്സിലാക്കാൻ കഴിയുന്നില്ല. അവളുടെ ഉള്ളിലെവിടെയോ...... എന്തൊക്കെയോ പറഞ്ഞു കൊണ്ടിരുന്നു.....

അവൾ തനിക്കറിയാവുന്ന എല്ലാ ദേവീദേവന്മാരുടെയും പേരുകൾ വിളിച്ച് അവരെ സഹായിക്കാൻ അപേക്ഷിച്ചു. അവളുടെ കവിളിലൂടെ കണ്ണുനീർ തുടർച്ചയായി ഒഴുകുന്നുണ്ടായിരുന്നു, അവൾ അത് തുടച്ചില്ല. അവൾ അത്

പോലും അറിഞ്ഞില്ല, അവൾ കരയുകയായിരുന്നു.

ഉച്ചയോടെ അവർ ഹോസ്പിറ്റലിൽ എത്തിയപ്പോൾ അരുണിന്റെ എച്ച്ആർ സഹിതം ചില ഓഫീസ് സ്റ്റാഫുകളും അവിടെ ഉണ്ടായിരുന്നു. എല്ലാവരുടെയും മുഖത്ത് ആശങ്ക നിഴലിച്ചിരുന്നു. 1-2 പോലീസുകാർ അവരുമായി സംസാരിച്ചു കൊണ്ടിരുന്നു.

എച്ച്ആർ അനിതയെ ഡോക്ടറുടെ മുറിയിലേക്ക് കൊണ്ടു പോയി. അരുണിനെ ആശുപത്രിയിൽ എത്തിച്ചുവെന്നും മൃതദേഹം തിരിച്ചറിയാൻ ഇവിടെയെത്തിയെന്നും ഡോക്ടർ യഥാർത്ഥ വാർത്ത വെളിപ്പെടുത്തിയപ്പോൾ ആയിരക്കണക്കിന് ഇടിമിന്നലിൽ തന്റെ തല തകർന്നതായി അനിതയ്ക്ക് തോന്നി. തന്റെ കാലിനടിയിൽ ഭൂമി ചലിക്കുന്നതായി തോന്നി. മരം പോലെ അവൾ താഴെ വീണു, ബോധരഹിതയായി.

കാബ് ഡ്രൈവറുടെ അശ്രദ്ധയാണ് അപകട കാരണമെന്നാണ് അന്വേഷണത്തിൽ പോലീസ് നിഗമനം. 2 ദിവസം വിശ്രമമില്ലാതെ തുടർച്ചയായി ജോലി ചെയ്തിരുന്നതിനാൽ വാഹനമോടിക്കുമ്പോൾ ഉറങ്ങിക്കാണും. അങ്ങനെ കാർ റോഡരികിൽ നിന്ന ട്രക്കിൽ ഇടിക്കുകയായിരുന്നു. കാറിന്റെ മുൻഭാഗം ട്രക്കിന്റെ അടിയിൽ ഒരു പാവയെപ്പോലെ പൂർണ്ണമായും തകർന്നു. മുന്നിൽ ഇരുന്നിരുന്ന അരുണിനെയും ഡ്രൈവറെയും മരിച്ച നിലയിൽ കണ്ടെത്തി.

4

തെറ്റ്

അരുൺ മരിച്ചിട്ട് മൂന്ന് ദിവസം കഴിഞ്ഞു. ഹാളിൽ സൂക്ഷിച്ചിരിക്കുന്ന അരുണിന്റെ ഫോട്ടോയിലേക്ക് നോക്കി അനിത ഒരു പ്രതിമ പോലെ ഇരുന്നു. കഴിഞ്ഞ 3 ദിവസമായി എന്താണ് സംഭവിച്ചതെന്ന് അവൾ അറിഞ്ഞിരുന്നില്ല. താക്കോൽ പ്രവർത്തിപ്പിക്കുന്ന പാവയെപ്പോലെ മറ്റുള്ളവർ അവളോട് ചെയ്യാൻ ആവശ്യപ്പെട്ടതെല്ലാം അവൾ ചെയ്തു. ഔപചാരികതകൾ, ആചാരങ്ങൾ, സൈനിംഗ് രേഖകൾ തുടങ്ങിയവ.... അവൾ തുറന്ന കണ്ണുകളോടെ കോമയിൽ ആയിരുന്നു.

ശവസംസ്കാര വേളയിൽ, ഏതാനും മധ്യവയസ്കരായ സ്ത്രീകൾ, അനിതയെ വധുവിനെപ്പോലെ അലങ്കരിച്ചു. അവർ അവളുടെ നെറ്റിയിൽ ഉദാരമായി കുങ്കുമം പുരട്ടി, കൈകളിൽ ചില്ലുവളകൾ, മുടിയിൽ മുല്ലപ്പൂക്കൾ. തങ്ങളുടെ വിവാഹത്തിനായി അരുൺ തന്നെ തിരഞ്ഞെടുത്ത 'വിവാഹ പാട്ടു സാരി' അവർ അവളെ അണിയിച്ചു.

അവർ അവളുടെ തലയിൽ ഒരു പാത്രം നിറയെ വെള്ളം ഒഴിച്ചു, പകുതി നനഞ്ഞ പട്ടുസാരി അഴിച്ചുമാറ്റി, അരുണിന്റെ കാലുകൾ പൊതിഞ്ഞു. അവളുടെ ഇരുകൈകളും പരസ്പരം

കൂട്ടി മുട്ടി അവർ വളകൾ പൊട്ടിച്ചു. അവർ കുങ്കുമം അവളുടെ നെറ്റിയിൽ തടവി, ഒറ്റയടിക്ക്, അവളുടെ കൈപ്പത്തി ഉപയോഗിച്ച് മായ്ച്ചു. അവർ അവളുടെ മുടിയിൽ നിന്ന് പൂങ്കുലകൾ പറിച്ചെടുത്തു, പിൻ നീക്കം ചെയ്യാതെ വലിച്ചെറിഞ്ഞു. അവസാനം അവർ അവളുടെ കഴുത്തിൽ നിന്ന് 'മംഗളസൂത്രം' പുറത്തെടുത്തു, പാൽ നിറച്ച മഗ്ഗിൽ എറിഞ്ഞു. ഈ 21-ാം നൂറ്റാണ്ടിലും അവർ എല്ലാ ആചാരങ്ങളും മുടങ്ങാതെ നടത്തി. ആ ചടങ്ങുകളിലെല്ലാം അവൾ ഒരു റോബോട്ടിനെപ്പോലെയാണ് അഭിനയിച്ചത്.

അമേരിക്കയിൽ നിന്നുള്ള അരുണിന്റെ മാതാപിതാക്കളും സഹോദരിയും രണ്ടാം ദിവസം എത്തി. അനിതയോട് അവർക്കുണ്ടായിരുന്ന വെറുപ്പ് കൂടുതൽ വർദ്ധിച്ചു. അവർക്ക് അവളോട് വല്ലാത്ത ദേഷ്യമായിരുന്നു. അവർ വിചാരിച്ചു, ഇതിന്റെ മുഴുവൻ ഉത്തരവാദി അനിതയാണ്. അനിതയുടെ വിധിയാണ് മകന്റെ വിയോഗത്തിന് കാരണമെന്ന് അമ്മായിയമ്മ നേരിട്ട് ശപിച്ചു.

അവളുടെ അഭിപ്രായത്തിൽ, അവരുടെ മകൻ വളരെ ശുദ്ധനും നിരപരാധിയുമായിരുന്നു. തന്റെ മകനെ ഈ വിഡ്ഢി പ്രണയത്തിൽ വീഴ്ത്താൻ ആ മന്ത്രവാദങ്ങളെല്ലാം ചെയ്തത് അനിതയാണ്. അവരുടെ ഉപദേശം വകവയ്ക്കാതെ, അവൻ അവരെ ഒഴിവാക്കി അവളോടൊപ്പം പോയി, അവന്റെ ജീവൻ അപകടത്തിലാക്കി. അവർ വീട്ടിൽ നിന്ന് ഇറങ്ങുന്നത് വരെ നിർത്താതെ പിറുപിറുത്തു.

10 ദിവസം കഴിഞ്ഞു.

അനിത കട്ടിലിൽ കിടന്നു, അവളുടെ കണ്ണുകൾ ജനലിനു കുറുകെ ഏതോ ദൂരെയുള്ള വസ്തുവിൽ പതിഞ്ഞു. ഡോർ ബെൽ തുടർച്ചയായി മുഴങ്ങാൻ തുടങ്ങി,

അവൾക്കറിയില്ലായിരുന്നു, യഥാർത്ഥത്തിൽ ശബ്ദം എവിടെ നിന്നാണ് വരുന്നതെന്ന്.

അവൾ മനസ്സിലാക്കി വാതിൽ തുറന്നപ്പോൾ പുറത്ത് 2 പോലീസുകാർ നിൽക്കുന്നുണ്ടായിരുന്നു.

"ആരാ ഇവിടെ വിജയ്?" അവരിൽ ഒരാൾ കടുത്ത സ്വരത്തിൽ ചോദിച്ചു.

അതേ സമയം വിജയ് അമ്പരപ്പോടെ ഗേറ്റ് കടന്നിരുന്നു.

പോലീസുകാർ അവനെ സമീപിച്ചു, "നീ വിജയ് ആണോ?" അവൻ തലയാട്ടി.

"വരൂ, പോകാം" എന്ന് അവർ ആജ്ഞാപിച്ചു.

"പക്ഷേ....സർ....എന്തിനാ? വിജയ് ചോദിച്ചു.

"അയ്യോ....ഞങ്ങൾ മുഴുവൻ പറയണോ? അപ്പോൾ മാത്രമേ സാർ ഞങ്ങളുടെ കൂടെ വരുള്ളോ ?

അവർ പെട്ടെന്ന് പരുഷമായി സംസാരിക്കാൻ തുടങ്ങി, അവന്റെ കഴുത്തിൽ പിടിച്ച് അവനെ തള്ളാൻ ശ്രമിച്ചു.

"സർ... പ്ലീസ് വെയിറ്റ്..... അനിത ഇടയ്ക്ക് പറഞ്ഞു. "എന്താ പ്രശ്നം? എന്തിനാണ് നിങ്ങൾ ഇങ്ങനെ ചെയ്യുന്നത്?"

"നിങ്ങൾക്ക് എന്തെങ്കിലും ചോദിക്കണമെങ്കിൽ നിങ്ങളുടെ വക്കീലുമായി സ്റ്റേഷനിൽ വരൂ. ഇപ്പോൾ ഞങ്ങളുടെ ഡ്യൂട്ടി ചെയ്യാൻ ഞങ്ങളെ അനുവദിക്കൂ" അവർ അവന്റെ ഷർട്ടിന്റെ കോളർ വലിച്ചുകൊണ്ട് അവനെ വലിച്ചിഴച്ചു, അവൻ വിസമ്മതിച്ചപ്പോൾ അവനെ തല്ലി. അവർ അവനെ പോലീസ് ജീപ്പിനുള്ളിൽ കയറ്റി, നിമിഷങ്ങൾക്കകം ജീപ്പ് വിട്ടുപോയി.

പോലീസുകാർ വിജയ് യെ പെട്ടെന്ന് സ്റ്റേഷനിലേക്ക് കൊണ്ടു പോയി. അനിതയ്ക്ക് ഒന്നും ചെയ്യാൻ കഴിഞ്ഞില്ല. അരുൺ ഇപ്പോൾ തന്റെ അരികിൽ ഉണ്ടായിരുന്നെങ്കിൽ എന്ന് അവൾ ആഗ്രഹിച്ചു. അവൾ അവനെ വല്ലാതെ മിസ്സ് ചെയ്തു.

ഇനി എന്ത് ചെയ്യണമെന്നറിയാതെ അവൾ ഒറ്റയ്ക്ക് നിന്നു.

ഇത് ആദ്യം മുതൽ കണ്ടു കൊണ്ടിരുന്ന അവളുടെ അയൽവാസിയായ റാം അമ്മാവൻ അവളെ സമീപിച്ച് ഒരു അഭിഭാഷകനെ വിളിക്കാൻ ഉപദേശിച്ചു.

അരുണിനെ കുറിച്ചുള്ള ചിന്ത അവളുടെ നെഞ്ചിൽ അസഹനീയമായ വേദന കൊണ്ടു വന്നപ്പോൾ അവൾ ഒരു കുട്ടിയെപ്പോലെ കരഞ്ഞു.

റാം അമ്മാവൻ അവളുടെ അവസ്ഥ മനസ്സിലാക്കി, അയാൾ തന്നെ തനിക്കറിയാവുന്ന ഒരു അഭിഭാഷകനെ വിളിച്ച് വിശദാംശങ്ങൾ അറിയിച്ചു.

പോലീസ് സ്റ്റേഷനിലെത്തിയപ്പോൾ സ്റ്റേഷനിൽ ബഹളം. സ്റ്റേഷന് പുറത്ത് ഒരു കൂട്ടം ആളുകൾ നിൽക്കുന്നുണ്ടായിരുന്നു. അവർ നേരെ പോയത് മറ്റൊരാളോട് സംസാരിച്ചു കൊണ്ടിരുന്ന എസ് ഐയുടെ അടുത്താണ്. അനിതയുടെ കണ്ണുകൾ വിജയ് യെ തിരഞ്ഞു, അവൻ കമ്പിയഴിക്ക് പിന്നിൽ തല താഴ്ത്തി നിൽക്കുന്നത് കണ്ടു.

എസ്ഐ സംസാരിച്ചു തീർന്നപ്പോൾ റാം അമ്മാവൻ തങ്ങളെ പരിചയപ്പെടുത്തി. എസ് ഐ അവളോട് വിജയിയെ കുറിച്ചുള്ള വിവരങ്ങൾ ചോദിച്ചു.

"മാഡം, നിങ്ങൾ ഒരു അജ്ഞാതനെ, വിവരങ്ങളൊന്നും അറിയാതെ, നിങ്ങളുടെ വീടിനുള്ളിൽ താമസിക്കാൻ അനുവദിക്കുന്ന ഒരു വിഡ്ഢിയാണോ?! അത്തരമൊരു തീരുമാനം എടുക്കുന്നതിന് മുമ്പ് നിങ്ങൾ അവനെ അൽപ്പം പോലും സംശയിച്ചിട്ടില്ലേ?!" എസ്ഐ ചോദിച്ചു.

"സർ, പ്ലീസ്.... ഇവിടെ എന്താണ് സംഭവിക്കുന്നതെന്ന് ഞങ്ങളോട് പറയാമോ?! എന്താണ് പ്രശ്നം?" അവൾ വിഷമത്തോടെ ചോദിച്ചു.

"ആ ക്രിമിനൽ വിജയ്, 'പ്രണയത്തിന്റെ' പേരിൽ ഒരു പെൺ കുട്ടിയുമായി ബന്ധപ്പെട്ടു, അത് പരിധിവിട്ടുപോയി. ഇപ്പോൾ അവൾ ഗർഭിണിയാണ്, അവൻ എല്ലാം

നിഷേധിക്കുന്നു. അവളുടെ മാതാപിതാക്കൾ പരാതി നൽകി, അയാൾക്കെതിരെ ഉടൻ നടപടിയെടുക്കണമെന്ന് അവർ ആവശ്യപ്പെട്ടു."

അനിതയ്ക്ക് തന്റെ കാതുകളെ വിശ്വസിക്കാനായില്ല. 'ഗർഭിണി' എന്ന വാക്ക് അവളുടെ വയറിനെ ഇളക്കിമറിച്ചു, അവളുടെ ഓരോ കോശത്തിലും അവൾ വേദന അനുഭവിച്ചു.

"അത് അസാധ്യമാണ്" അവളിൽ നിന്ന് വാക്കുകൾ യാന്ത്രികമായി പുറത്തുവന്നു.

"എന്താ?! ഈ പുതിയ സെൽഫോൺ യുഗത്തിൽ എല്ലാം സാധ്യമാണ് മാഡം" എസ്ഐ പറഞ്ഞു

"ഇല്ല..... അവൻ നിരപരാധിയാണ്" അവൾ പ്രതിഷേധിച്ചു.

"നിൽക്കൂ, ഞാൻ കാണിച്ചുതരാം", "305!", എസ്ഐ വിളിച്ചു, ഒരു കോൺസ്റ്റബിൾ വന്ന് അഭിവാദ്യം ചെയ്തു.

എസ്ഐ ആജ്ഞാപിച്ചു, "ആ ഇരയായ പെൺകുട്ടിയെ വിളിക്കൂ, അവളുടെ പേരെന്താണ്?, യെസ്, അനിതാ! അവളോട് അകത്തേക്ക് വരാൻ പറയൂ"

പെൺകുട്ടി വിളറിയ മുഖത്തോടെ വന്നു.

എസ്ഐ അവളോട് ചോദിച്ചു, "എന്താണ് സംഭവിച്ചതെന്ന് പറയൂ, ഇവർ വിശ്വസിക്കുന്നില്ല".

അവൾ ഒന്നും പറഞ്ഞില്ല, പകരം കൂടെയുണ്ടായിരുന്ന അമ്മ ഉറക്കെ സംസാരിക്കാൻ തുടങ്ങി.....

"ഞങ്ങടെ കൊച്ചിന് ഒന്നും അറിയില്ല, ഒരു കുഞ്ഞിനെ പോലെയാണ്, ആ തെമ്മാടിയാണ് അവളെ മയക്കുന്ന വാക്കുകൾ കൊണ്ട് വിശ്വസിപ്പിച്ച്, അവൾ അറിയാതെ എല്ലാം ചെയ്തത്, അവളെ ചതിച്ചു, ആരോടും പറയരുതെന്ന് ഭീഷണിപ്പെടുത്തി. ഇപ്പോൾ അവളെ ഈ അവസ്ഥയിലേക്ക് കൊണ്ടു വന്നു, മാധ്യമങ്ങൾ വന്നാൽ എന്തു ചെയ്യും. എന്റെ മകളുടെ ഭാവിയെന്താണ്? ഞങ്ങൾ, കുടുംബം മുഴുവൻ ആത്മഹത്യ ചെയ്യും...." അവൾ പെട്ടെന്ന് കരഞ്ഞു കൊണ്ട്

സാരി കൊണ്ട് മൂക്ക് വൃത്തിയാക്കി.

അനിത ആ പെൺകുട്ടിയുടെ അടുത്ത് വന്ന് പതുക്കെ ചോദിച്ചു "നിങ്ങൾ ഗർഭിണിയാണോ?"

പെൺകുട്ടി സമ്മതഭാവത്തിൽ തലയാട്ടി.

"ആരാണ് നിങ്ങളുടെ കുട്ടിയുടെ അച്ഛൻ?"

പെൺകുട്ടി മെല്ലെ കൈ നീട്ടി, ചൂണ്ടുവിരൽ കൊണ്ട് കമ്പിക്കു പിന്നിൽ നിൽക്കുന്ന വിജയിയെ ചൂണ്ടിക്കാണിച്ചു.

"ഇല്ല.....!!! ഇത് കള്ളമാണ്, അവൾ കള്ളം പറയുകയാണ്", വിജയ് അലറി.

"മിണ്ടാതിരിക്കൂ റാസ്കൽ!

"നിന്റെ എല്ലാ നാടകങ്ങളും ഇങ്ങോട്ട് കൊണ്ടു വരരുത്. നിങ്ങളുടെ അനാഥാലയത്തിലെ മോഷണക്കേസ്, പിന്നെ ലാത്ത് ഫാക്ടറിയിലെ 'അക്രമക്കേസ്' തുടങ്ങി നിങ്ങളുടെ എല്ലാ വിശദാംശങ്ങളും ഞങ്ങൾ നേരത്തെ അറിഞ്ഞിരുന്നു. നീ ഒരു നീചനാണ്, ഒന്നിനും കൊള്ളാത്തവനാണ്".

അനിതയ്ക്ക് പെട്ടെന്ന് കൈകാലുകൾക്ക് തളർച്ച അനുഭവപ്പെട്ടു. എസ്ഐയുടെ ഓരോ വാക്കുകളും, അവളുടെ ചെവിയിൽ ഒരു ബീം പോലെ മുദ്രകുത്തി.

പിന്തുണയ്ക്കായി അവൾ അടുത്തുള്ള തടി ബെഞ്ചിന്റെ കൈത്തണ്ടയിൽ മുറുകെപ്പിടിച്ച് അശ്രദ്ധമായി ആ ബെഞ്ചിലേക്ക് ചാഞ്ഞു.

ഒരു വനിതാ കോൺസ്റ്റബിൾ അത് ശ്രദ്ധിച്ചു, അവൾക്ക് ഒരു ഗ്ലാസ് വെള്ളം നൽകി. അത് നിഷേധിച്ചു കൊണ്ട് അവൾ സർവ്വ ശക്തിയും സംഭരിച്ച് എഴുന്നേൽക്കാൻ ശ്രമിച്ചു. അതിനിടയിൽ അവൾ ആടിയുലഞ്ഞു, പതിയെ പുറത്തേക്ക് പോകാൻ തുടങ്ങി. നടക്കാൻ വയ്യാത്ത തളർച്ച അവൾക്ക് അനുഭവപ്പെട്ടു.

അവൾ എങ്ങനെ വീട്ടിലെത്തിയെന്നറിയില്ല. അവൾ പൂർണ്ണമായും ശൂന്യമായിരുന്നു. അവളുടെ ചുറ്റുമുള്ള ലോകം, അന്ധകാരത്തിലായി, അവളെ അത് വിഴുങ്ങി.

അഞ്ചു വർഷം തികയുന്നു....! അരുൺ ഇല്ലാതെ!!! അനിതയ്ക്ക് വിശ്വസിക്കാൻ കഴിയുന്നില്ല, ആ വർഷങ്ങളിലെല്ലാം അവൾ ജീവിച്ചിരുന്നു എന്ന്. അവളുടെ അപ്പാർട്ട്മെന്റിൽ അവളുടെ മുന്നിൽ ഒരു കപ്പ് കാപ്പിയുമായി അവൾ ബാൽക്കണിയിൽ ഇരുന്നു. നല്ല സായാഹ്നമായിരുന്നു, കാലാവസ്ഥ ഈർപ്പമുള്ളതായിരുന്നു.

ഇന്നും, ആ 'ദിവസത്തെ' കുറിച്ച് ഓർക്കുമ്പോൾ അവൾക്ക് അതേ കുളിരും നടുക്കവും അനുഭവപ്പെടുന്നു, അവൾക്ക് ഫോൺ കോളും യാത്രയും, അതിനുശേഷമുള്ള ഡോക്ടറുടെ മരണ പ്രഖ്യാപനവും'.

അരുണിന്റെ മരണശേഷം അവൾ ആത്മഹത്യ ചെയ്യാൻ ആഗ്രഹിച്ച ഒരു കാര്യം. പക്ഷേ അവളുടെ വിധി അതിന് അവളെ അനുവദിച്ചില്ല. അവൾ 'ജീവിതം' ഇല്ലാതെ ഒരു ജീവിതം നയിക്കുന്നു. ഈ 'നിർജീവ' ജീവിതത്തിൽ, അവൾ ഒരുപാട് മാറിയിരുന്നു, അന്തർമുഖയായി, ആവശ്യമെങ്കിൽ മാത്രം ഇടയ്ക്കിടെ സംസാരിക്കും.

ജോലിക്കിടെ അരുൺ മരിച്ചതിനാൽ അനിതയ്ക്ക് അരുണിന്റെ കമ്പനിയിൽ നിന്ന് ജോലി വാദ്ഗാനം ചെയ്തു. അവളുടെ യോഗ്യത അനുസരിച്ച് അവർ അവളെ ഒരു പുതിയ ബ്രാഞ്ചിൽ നിയമിച്ചു. അരമണിക്കൂറിനുള്ളിൽ അവളുടെ ഓഫീസിന് സമീപമുള്ള ഒരു അപ്പാർട്ട്മെന്റിലേക്ക് അവൾ മാറി.

പുതിയ ചുറ്റുപാടുകളും ചുറ്റുപാടുകളും അവളുടെ നനഞ്ഞ ഹൃദയത്തെ സാന്ത്വനപ്പെടുത്തി. അവളുടെ ആകുലതകളിൽ നിന്ന് കരകയറാൻ വളരെ സഹായകരമാണ്.

ജോലി തീർത്തും പുതിയതായതിനാൽ, തുടക്കത്തിൽ തന്നെ ഉൾക്കൊള്ളാൻ അവൾക്ക് വളരെ ബുദ്ധിമുട്ടായിരുന്നു. എന്നാൽ അവൾ അതിനെക്കുറിച്ച് പടിപടിയായി പഠിച്ചു. അവൾ കമ്പ്യൂട്ടർ കോഴ്സുകൾക്ക് ചേർന്നു, ജോലിയിൽ കൂടുതൽ സമയവും ചെലവഴിച്ചു. അവളുടെ കഠിനാധ്വാനവും ആത്മാർത്ഥതയും കാരണം അവൾക്ക് അവളുടെ ഓഫീസിൽ സ്ഥാനക്കയറ്റം ലഭിച്ചു.

ആരോ ഡോർ ബെൽ അടിക്കുന്നത് അവൾ കേട്ടു.

പാർവതി അമ്മായി, അപ്പാർട്ട്മെന്റ് സെക്രട്ടറി അകത്തേക്ക് കയറി, അനിത അകത്തേക്ക് വിളിക്കാൻ പോലും കാത്തുനിൽക്കാതെ അനിത വാതിൽ തുറന്നപ്പോൾ തന്നെ അവൾ അകത്തേക്ക് കയറി, അതുപോലെ അവൾ നേരെ സോഫ കം ബെഡിലേക്ക് പോയി, അവിടെ ഇരുന്നു.

പാർവതി അമ്മായി എപ്പോഴും ഇങ്ങനെയായിരുന്നു, മര്യാദയുടെ കാര്യമൊന്നും ശ്രദ്ധിക്കാറില്ല. അവൾ വളരെയധികം സംസാരിക്കും, മറ്റുള്ളവരുടെ രഹസ്യങ്ങളെക്കുറിച്ച് സംസാരിക്കുന്ന ഒരു ശീലമുണ്ടായിരുന്നു. ആ അപ്പാർട്ട്മെന്റിൽ ആർക്കും അവളുടെ വലിയ വായിൽ നിന്ന് രക്ഷപ്പെടാൻ കഴിഞ്ഞില്ല. അവൾക്ക് എല്ലാവരുടെയും എല്ലാ വിശദാംശങ്ങളും അറിയാമായിരുന്നു.

"അനിതാ നീ എന്ത് ചെയ്യുന്നു? ഞാൻ നിന്നെ ശല്യപ്പെടുത്തുന്നുണ്ടോ?" അവളുടെ കണ്ണുകൾ വീടിനു ചുറ്റും പരതുന്നതിനിടയിൽ അവൾ ചോദിച്ചു.

"ഇല്ല, ഒന്നുമില്ല മാഡം, അടുക്കള ജോലി മാത്രം" അനിത മറുപടി പറഞ്ഞു.

"നോക്കൂ, ഞാൻ നിങ്ങളോട് പറഞ്ഞിട്ടുണ്ട്, ഒരു വീട്ടുവേലക്കാരിയെ നിയമിക്കുന്നതാണ് നല്ലത്, ഞാൻ ഒരാളെ നിർദ്ദേശിക്കട്ടെ?! അവൾക്ക് അനിതയുടെ വീടിന് അകത്തും പുറത്തും ഉള്ളത് എല്ലാം അറിയണം, ആ ചുമതല അവളുടെ

തൂപ്പുകാരി നിറവേറ്റും, അവൾ വിചാരിച്ചു.

"ഇല്ല, ആവശ്യമില്ല", അനിത മറുപടി പറഞ്ഞു.

"ശരി, എങ്കിൽ.."അവളുടെ സ്വരത്തിൽ നേരിയ നിരാശയോടെ അവൾ തുടർന്നു, "അടുത്ത ആഴ്ച്ച ജന്മാഷ്ടമി പൂജ ആഘോഷിക്കാം, ഇതാ എസ്റ്റിമേഷനും നിങ്ങളുടെ ഷെയറും" അവൾ ഒരു ചെറിയ കടലാസ് അവൾക്കു നീട്ടി.

അനിത തന്റെ പേഴ്സ് തുറന്ന് ഷെയർ കൊടുത്തു.

" തർക്കമില്ലാതെ ഫണ്ട് തരുന്ന ഒരേയൊരാൾ നിങ്ങളാണ് ", അവൾ അനാവശ്യമായി ഉറക്കെ ചിരിച്ചുകൊണ്ട് സ്ഥലം വിട്ടു.

അമ്മായിയുടെ മകൾ ശ്വേതയും അനിതയുടെ മറ്റൊരു വലിയ പ്രശ്നമാണ്. അവൾക്ക് അനിത ബധിരയും മൂകയും പോലെയാണ്. 'പതിവ് മാറുന്ന' കാമുകന്മാരുമായി ചാറ്റ് ചെയ്യാൻ അവൾ എപ്പോഴും ഇവിടെ വരും. അനിത അവളെക്കുറിച്ച് വിഷമിക്കുകയോ അമ്മയെ അറിയിക്കുകയോ ചെയ്യുന്നില്ല.

അനിത ഒരു ദീർഘനിശ്വാസം വിട്ടുകൊണ്ട് ജോലി ചെയ്യാൻ തുടങ്ങി.

ഓഫിസിൽ അനിത ചായ കുടിച്ചുകൊണ്ട് സഹപ്രവർത്തക ഗായത്രിയോട് ചോദിച്ചു, "മിന്റോ എങ്ങനെയുണ്ട്?"

ഗായത്രിയുടെ 8 മാസം പ്രായമുള്ള കുഞ്ഞാണ് മിന്റോ, പ്രസവശേഷം കുഞ്ഞിനെ വളർത്താൻ 6 മാസത്തെ ലീവ് എടുത്തു, 2 മാസം മുമ്പാണ് വീണ്ടും ചേർന്നത്.

അവളുടെ ഓഫീസിൽ, അടുത്ത കാലം വരെ അനിതയ്ക്ക് സുഹൃത്തുക്കളില്ലായിരുന്നു. അവൾ എല്ലാവരോടും അകലം പാലിച്ചു. എന്നാൽ ഗായത്രി വ്യത്യസ്തയായിരുന്നു.

കഴിഞ്ഞ വർഷം ഗായത്രി ഗർഭിണിയായി, ഇത് അവളുടെ രണ്ടാമത്തെ ഗർഭമാണ്, അവൾക്ക് ഇതിനകം തന്നെ സുന്ദരിയായ ഒരു പെൺകുട്ടിയുണ്ട്.

അനിത ആദ്യമായി പ്രസവത്തിനായി ഗായത്രിയുടെ വീട്ടിൽ പോയി, പിന്നെ എപ്പോഴെങ്കിലും തനിച്ചാകുമ്പോൾ അവിടെ വരാൻ ഗായത്രി അവളെ നിർബന്ധിച്ചു. അനിതയും കുഞ്ഞിനെ ആകർഷിക്കുകയും അവരോടൊപ്പം കളിക്കുകയും ചെയ്തു.

5

കൂടിക്കാഴ്ച്ച

വൈകുന്നേരം 7 മണി കഴിഞ്ഞിരുന്നു. ജോലിയുടെ ഒരു ഭാഗം പൂർത്തിയാക്കി അപർണ ഇതിനകം പോയി. അനിതയും ഗായത്രിയും ഒരുമിച്ച് ഒരു ക്യാബ് ബുക്ക് ചെയ്തു, പക്ഷേ കുഞ്ഞിന്റെ നിർത്താതെയുള്ള കരച്ചിൽ കാരണം ഗായത്രിക്ക് നേരത്തെ പോകേണ്ടി വന്നു.

"അനിത വൈകരുത് ശരി...8 മണിക്ക് ക്യാബ് ഷാർപ്പ് ആകും, എക്സ്ട്രാ വർക്ക് വിട്ടേക്ക്, നമുക്ക് രാവിലെ തന്നെ ചെയ്യാം, ശ്രദ്ധിക്കൂ, ബൈ".

അനിത ഉറപ്പോടെ തലയാട്ടി, അവൾ പോയി, അവളുടെ ഭർത്താവ് അവളെ കൂട്ടിക്കൊണ്ടുപോയി.

അനിത ഏതാണ്ട് എല്ലാം പൂർത്തിയാക്കി, അവൾക്ക് ദാഹം തോന്നി. വെള്ളം കുടിക്കുന്നതിനിടയിൽ അവൾ സമയം ശ്രദ്ധിച്ചു, സമയം 8.30 കഴിഞ്ഞു.

"അയ്യോ, ഈ ടാക്സിക്കാരൻ പിന്നെന്താ എന്നെ വിളിക്കാത്തത്?!", അവൾ സ്വയം ചിന്തിച്ച് അവനെ വിളിച്ചു.

ആദ്യ റിംഗിൽ തന്നെ അവൻ കോൾ എടുത്ത് പറഞ്ഞു തുടങ്ങി, "സോറി മാം, ഇതാ എന്റെ കാറിന് എന്തോ പ്രശ്നം, അത് പാതിവഴിയിൽ നിന്നു, ഞാൻ അതിന്റെ പണിയിലാണ്,

ഞാൻ ഓഫീസിൽ അറിയിച്ചു, അവർ വേറെ വാഹനം ഏർപ്പാട് ചെയ്തു, അത് അരമണിക്കൂറിനുള്ളിൽ എത്തും, അസൗകര്യത്തിൽ ക്ഷമിക്കണം മാഡം".

അനിത വിചാരിച്ചു, കാത്തുനിൽക്കുന്നതിനു പകരം ബസ്സിൽ പോകാം, "വേണ്ട, ഞാൻ ബുക്കിംഗ് ക്യാൻസൽ ചെയ്യുന്നു" എന്ന് പറഞ്ഞു അവൾ അടങ്ങാത്ത ദേഷ്യത്തോടെ കോൾ കട്ടാക്കി.

അവൾ കംപ്യൂട്ടർ ഷട്ട് ഡൗൺ ചെയ്ത് ഹാൻഡ് ബാഗ് എടുത്ത് പുറത്തിറങ്ങി. പുറത്ത് നല്ല തണുപ്പായിരുന്നു. തണുത്ത കാലാവസ്ഥയും അന്ധകാരവും അവളുടെ വയറ്റിൽ അസ്വാസ്ഥ്യമുണ്ടാക്കി. വാച്ച്മാൻ അവന്റെ സ്ഥലത്ത് ഇല്ല, അവൻ വിശ്രമമുറിയിലേക്കോ പെറ്റി ഷോപ്പിലേക്കോ പോയിരിക്കാം.

തെരുവിലൂടെ നടക്കാൻ തുടങ്ങിയ അനിതക്ക് തെരുവ് വിളക്കുകൾ എല്ലാം തെളിഞ്ഞതിനാൽ ആശ്വാസം തോന്നി. വികസിച്ചു കൊണ്ടിരിക്കുന്ന ഒരു പുറം പ്രദേശമായതിനാൽ കെട്ടിടങ്ങളും കടകളും കുറവാണ്. ഈ സമയത്ത് മിക്കവാറും എല്ലാം അടക്കും.

കുറച്ച് പിന്നിട്ടപ്പോൾ റോഡ് വിജനമായി കാണപ്പെട്ടു. ഒരു മങ്ങിയ തെരുവ് വിളക്ക് മാത്രമേ ഉണ്ടായിരുന്നുള്ളൂ. എന്തോ പന്തികേട് ഉണ്ടെന്ന് അനിതയുടെ സഹജാവബോധം അവളോട് പറഞ്ഞു. അവൾ കഴിയുന്നത്ര വേഗത്തിൽ നടന്നു.

അവൾ നന്നായി വിയർത്തു. ആരോ പിന്തുടരുന്നത് പോലെ അവൾക്ക് തോന്നി, അവൾ നിന്നു, മനുഷ്യന്റെ ഏതെങ്കിലും അടയാളം ഉണ്ടോ എന്ന് ആ പ്രദേശം മുഴുവൻ തിരഞ്ഞു.

അവൾ വീണ്ടും നടക്കാൻ തുടങ്ങിയപ്പോൾ പെട്ടെന്ന് 3 പുരുഷന്മാർ അവളുടെ മുന്നിൽ പ്രത്യക്ഷപ്പെട്ടു. ഇരുട്ടിൽ നിന്ന് അവർ പുറത്തേക്ക് ഇറങ്ങുമ്പോൾ അവൾ ഞെട്ടി.

വയറിന്റെ ആഴത്തിൽ നിന്ന് ഒരു മുഴ ഉയർന്ന് തൊണ്ട ഞെരടിക്കുന്നതായി അനിതയ്ക്ക് തോന്നി.

പുറകിൽ നിന്ന് വരുന്ന നാലാമത്തെയാളുടെ കാൽപെരുമാറ്റം കേൾക്കുന്നുണ്ടായിരുന്നു. 4 പേരും പ്രാദേശിക ഗുണ്ടാസംഘങ്ങളെപ്പോലെയാണ് പ്രത്യക്ഷപ്പെട്ടത്. അവരുടെ കുസൃതി നിറഞ്ഞ ചിരി വളരെ വൃത്തികെട്ടതായിരുന്നു, അനിതയ്ക്ക് ഓർക്കാനം തോന്നി.

അവൾ ഓടാൻ ശ്രമിച്ചു, പക്ഷേ ഓരോ കോണിലും 4 പേരും അവളെ വളഞ്ഞു.

"നിനക്ക് ഞങ്ങളിൽ നിന്ന് രക്ഷപ്പെടാൻ കഴിയില്ല....., ഈ രാത്രിയിൽ നീയാണ് ഞങ്ങളുടെ ഇര", എന്ന് പറഞ്ഞ് അവരിൽ ഒരാൾ അവളുടെ അടുത്ത് വന്ന് അവളുടെ കൈ പിടിക്കാൻ ശ്രമിച്ചു. അവൾ നിഷേധിക്കുകയും തന്റെ ഹാൻഡ്ബാഗ് ഉപയോഗിച്ച് അവനെ ആക്രമിക്കാൻ ശ്രമിക്കുകയും ചെയ്തു. അവൻ അനായാസം അവളുടെ ബാഗ് വലിച്ചെറിഞ്ഞ് അവളുടെ കവിളിൽ ശക്തമായി അടിച്ചു.

അവളുടെ വായുടെ മൂലയിൽ ഒരു ബിന്ദു പോലെ ഒരു ചെറിയ രക്തത്തുള്ളി പ്രത്യക്ഷപ്പെട്ടു. കവിളിൽ കഠിനമായ വേദന അനുഭവപ്പെട്ടു, അവളുടെ കൈപ്പത്തിയിൽ അമർത്തി. അവളുടെ കണ്ണുകളിൽ കണ്ണുനീർ തുള്ളികൾ നിറഞ്ഞിരുന്നു. അവൾക്ക് തലകറക്കം പോലെ തോന്നി.

അവൻ അവളെ ശക്തമായി പിന്നിലേക്ക് തള്ളി, അവൾ ഉണങ്ങിയ ഇല പോലെ നിലത്തു വീണു. സഹായത്തിനായി ഉറക്കെ നിലവിളിക്കാൻ അവൾ ആഗ്രഹിച്ചു, പക്ഷേ അവളുടെ തൊണ്ടയിൽ നിന്ന് ഒന്നും പുറത്തുവന്നില്ല.

വളഞ്ഞ മുഖത്തോടും അനാവശ്യമായ സന്തോഷത്തോടും കൂടി അവൻ അവളുടെ അടുത്തേക്ക് കുനിഞ്ഞപ്പോൾ അനിത

ശ്വാസം അടക്കിപ്പിടിച്ചു.....

അവൾ കണ്ണുകൾ ഇറുകെ അടച്ചു...

പെട്ടെന്ന് ഒരു 'വിസിൽ' ശബ്ദം ഉയർന്നു, വളരെ സ്റ്റൈലിഷ് ആയി, എവിടെ നിന്നോ വന്ന് അനിതയുടെ നേരെ കുനിഞ്ഞ അവനെ തടഞ്ഞു.

4 പേരും ആശയക്കുഴപ്പത്തിലായി പരസ്പരം നോക്കി. ശബ്ദം എവിടെ നിന്നാണ് വരുന്നതെന്നറിയാൻ അവർ ചുറ്റുപാടും തിരഞ്ഞു.

അവരുടെ പിന്നിൽ, തെരുവിന്റെ ഇരുണ്ട ഭാഗത്ത് നിൽക്കുന്ന ഒരു 'മനുഷ്യന്റെ' രൂപം പ്രത്യക്ഷപ്പെട്ടു.

"ആരാണ് അവിടെ?" അവരിൽ ഒരാൾ ചോദിച്ചു.

അയാൾ അവർക്ക് നേരെ സാവധാനത്തിലുള്ള ചുവടുകൾ എടുത്തു, പക്ഷേ അപ്പോഴും നിഴലിൽ നിന്നു പൂർണ്ണമായും ദൃശ്യമല്ല. ഈ കാഴ്ചയിൽ, 'അയാൾ' വളരെ ശക്തനും പേശീബലവുമുള്ള വിശാലമായ തോളുകളോടെ ഒരു തേക്കുമരം പോലെ പ്രത്യക്ഷപ്പെട്ടു. 'അവൻ' കൈയിൽ 'എന്തോ' പിടിച്ചിരിക്കുന്നതായി തോന്നി, ആ വസ്തു നിലംവരെ നീണ്ടു.

"ഏയ്....നീ ആരാ?", നാല് പേരിൽ അവന്റെ അടുത്ത് നിന്നയാൾ അവനെ തല്ലാൻ വേണ്ടി ഉയർത്തിയ കൈയിൽ അയാൾ ആഞ്ഞടിച്ചു.

എന്താണ് സംഭവിച്ചതെന്ന് പോലുമറിയില്ല അവൻ തെറിച്ച് നിലത്ത് വീണു. ബാക്കിയുള്ള 3 പേരും ഇത് കണ്ട് ഞെട്ടിപ്പോയി.

അനിത പതുക്കെ എഴുന്നേൽക്കാൻ ശ്രമിച്ചെങ്കിലും പുറകിൽ നിന്ന നാലാമൻ അവളെ പിടിച്ചു. അയാൾ അവളുടെ കഴുത്തിൽ കത്തി വെച്ച് അയാളോട് അടുത്തേക്ക് വരരുത് എന്ന് ഭീഷണിപ്പെടുത്തി.

ഇതെല്ലാം കണ്ടു കൊണ്ടിരുന്ന അനിത, അപ്പോഴേക്കും പകുതി തലകറങ്ങി, അവളുടെ കഴുത്തിലെ കത്തി അവളെ ഭയപ്പെടുത്തി, അവന്റെ പിടിയിൽ നിന്ന് അവൾ മയങ്ങി, നിലത്ത് വീണു.

നാലാമൻ ആശയക്കുഴപ്പത്തിലായി, എന്ത് ചെയ്യണമെന്നറിയാതെ ഒരു നിമിഷം ശങ്കിച്ചു, അവൻ പെട്ടെന്ന് തീരുമാനിച്ചു, കത്തിയുമായി അയാളുടെ അടുത്തെത്തി.

കത്തി കണ്ടപ്പോൾ, അയാൾ അവനെ നോക്കി പുഞ്ചിരിച്ചു. എന്നിട്ട് കത്തി തട്ടിത്തെറിപ്പിച്ചു. പേടിച്ചു പോയ ഗുണ്ടാസംഘം അപ്പോൾ തന്നെ സ്ഥലം വിട്ടു.

അയാൾ അനിതയുടെ അടുത്ത് ചെന്ന് മുട്ടുകുത്തി അവളെ മെല്ലെ എഴുന്നേൽപ്പിച്ച് തന്റെ മടിയിലേക്ക് കൊണ്ടുവന്ന് അവളുടെ കവിളിൽ മൃദുവായി തലോടി.

അവൾ കുറച്ച് പ്രയാസപ്പെട്ട് കണ്ണുതുറന്നു, അവന്റെ മുഖം ശ്രദ്ധയിൽപ്പെട്ടപ്പോൾ, അവളുടെ കൃഷ്ണമണി അമ്പരന്നു.

"വി......ജയ്" അവൾ അവന്റെ പേര് മന്ത്രിച്ചു. ക്ഷീണം കൊണ്ട് അവളുടെ കണ്ണുകൾ താനേ അടഞ്ഞു, ഒരിക്കൽ കൂടി അവൾ ബോധരഹിതയായി വീണു.

അനിത കണ്ണുതുറന്നപ്പോൾ അവൾ തന്റെ അപ്പാർട്ടുമെന്റിലെ കട്ടിലിൽ കിടക്കുകയായിരുന്നു. മുറി മുഴുവൻ സൂര്യരശ്മികളാൽ തിളങ്ങി. സമയം 8ന് അപ്പുറം ആയിരിക്കുമെന്ന് അവൾ വിചാരിച്ചു, അവളുടെ കണ്ണുകൾ ക്ലോക്കിൽ അമർന്നു, 10 കഴിഞ്ഞു.

" ഓഫീസ്..പ്രോജക്റ്റ് സബ്മിഷൻ..." അവൾ പെട്ടെന്ന് ഉണർന്നു, വേദനകൊണ്ട് പുളഞ്ഞു.

അവൾ നെറ്റിയിൽ വിരലുകൾ ഓടിച്ചു, അതിന്റെ ഇടത് മൂലയിൽ ഒരു ബാൻഡേജ് പ്ലാസ്റ്ററിട്ടിട്ടുണ്ട്. അപ്പോൾ മാത്രമേ ഇന്നലത്തെ സംഭവങ്ങളെല്ലാം തുടർച്ചയായി

ഓർത്തെടുക്കാൻ അവൾക്ക് കഴിഞ്ഞുള്ളൂ.

"അതിന് ശേഷം എന്ത് സംഭവിച്ചു?, ഞാൻ എങ്ങനെ ഇവിടെ എത്തി?" അവൾ കണ്ണുകൾ അടച്ചു.

"അത് വിജയ് ആയിരുന്നു" എന്ന് ഓർത്തെടുക്കാൻ ശ്രമിച്ചു.

"ഞാൻ അവന്റെ മുഖം കണ്ടു, അതെങ്ങനെയായിരിക്കും? അതോ എന്റെ സ്വപ്നത്തിലാണോ? ആരാണ് എന്നെ ഇവിടെ കൊണ്ടുവന്നത്?"

അവൾ അവളുടെ ചിന്തകൾ മനസ്സിലാക്കാൻ ശ്രമിക്കുന്നതിനിടയിൽ വാതിൽ തുറന്ന് വിജയ് അകത്തേക്ക് പ്രവേശിച്ചു.

"നിങ്ങൾ ഉറങ്ങുകയാണെന്ന് ഞാൻ കരുതി, ഇല്ലെങ്കിൽ ഞാൻ വാതിലിൽ മുട്ടിയേനെ" അവൻ അവളെ നോക്കി ഊഷ്മളമായി പുഞ്ചിരിച്ചു.

" ഇപ്പോൾ എന്തു തോന്നുന്നു?" അവൻ ശാന്തവുമായ ശബ്ദത്തിൽ ശ്രദ്ധയോടെ ചോദിച്ചു.

"യാ.... നല്ലത്.." ഇനി എന്ത് പറയണം എന്നറിയാതെ അവൾ നിശബ്ദയായി.

അവൻ ബെഡ്സൈഡ് ടേബിളിൽ ഒരു പ്ലേറ്റ് വെച്ചു. ഒരു ചെറിയ കപ്പിൽ തേങ്ങാ ചട്ണിയും ഒരു ടംബ്ലർ നിറയെ പാലും സഹിതം രണ്ട് ദോശകൾ ഉണ്ടായിരുന്നു.

"ആരാണ് ഉണ്ടാക്കിയത്?" അവൾ പെട്ടെന്ന് ചോദിച്ചു.

"മുഴുവൻ കഴിക്കാൻ നോക്ക്" എന്ന് പറഞ്ഞു അവൻ പോകാൻ തുടങ്ങി.

"നീയാണോ എന്നെയിവിടെ കൊണ്ട് വന്നത്? നിനക്ക് എങ്ങനെ എന്റെ സ്ഥലം അറിയാം?"

അവൻ അവളെ നോക്കി പുഞ്ചിരിച്ചു കൊണ്ട് മുറിയിൽ നിന്ന് വാതിൽ അടച്ച് പുറത്തിറങ്ങി.

അവൾ ചിന്തിച്ചത് വിചിത്രമാണ്, കുറച്ച് മിനിറ്റ് അവിടെ ഇരുന്നു, അവളുടെ ചിന്ത ഓഫീസിലേക്ക് മാറി. അവൾ മൊബൈലിനായി തിരഞ്ഞു, അത് മേശപ്പുറത്ത് ഉണ്ടായിരുന്നു. അവൾ അതെടുത്ത് ഗായത്രിയെ വിളിച്ചു, അവൾ കോൾ എടുത്തില്ല. അപർണയെ വിളിക്കാൻ വേണ്ടി ശ്രമിച്ചു, മറുപടിയില്ല. അവർ മീറ്റിംഗിലായിരിക്കണം, അവൾ വിചാരിച്ചു.

"എന്തായാലും ഇന്നലെ തന്നെ പ്രൊജക്റ്റ് കംപ്ലീറ്റ് ആയി, ഇന്ന് തന്നെ സബ്മിറ്റ് ചെയ്യാം" അവൾ മനസ്സിനെ കുറച്ച് സമാധാനിപ്പിച്ചു.

പിന്നെ അവൾ വാഷ്റൂമിലേക്ക് പോയി, നടക്കാൻ വയ്യാത്ത ക്ഷീണം തോന്നി. മുഖം കഴുകുന്നതിനിടയിൽ കണ്ണാടിയിൽ എന്തോ വ്യത്യാസം അവൾ ശ്രദ്ധിച്ചു. പെട്ടന്നവൾക്ക് മനസ്സിലായി, "ഇതല്ല ഇന്നലെ ഞാൻ ഇട്ടിരുന്ന ചുഡിദാർ, ആരാണ് ഡ്രസ്സ് മാറിയത്? വിജയ് ആണോ? പെട്ടെന്ന് ദേഷ്യം കൊണ്ട് അവൾ ഞെട്ടി.

അവൾ ബാത്ത്റൂമിൽ നിന്ന് പുറത്തിറങ്ങി, വാതിലിനടുത്തേക്ക് പോയി. മെല്ലെ മുട്ടിയതിനെ തുടർന്ന് വിജയ് വാതിൽ തുറന്നു.

"ആരാണ് എന്റെ ഡ്രസ്സ് മാറ്റിയത്?" അവൾ ചോദിച്ചു.

ഒരു നിമിഷം അവൻ ഉത്തരം പറഞ്ഞില്ല, അവന്റെ മുഖം ഇരുണ്ടു.

"ഞാൻ നിന്നോട് ഒരു ചോദ്യം ചോദിച്ചു, എനിക്കിപ്പോൾ മറുപടി വേണം" അവൾ ഉള്ളിൽ ഉള്ള ദേഷ്യത്തോടെ പറഞ്ഞു.

"നിന്റെ കൂട്ടുകാരി ഗായത്രി" അവൻ പിറുപിറുത്തു.

"എന്ത്?" അവൻ പറഞ്ഞത് മനസ്സിലാകാത്തത് പോലെ അവൾ ചോദിച്ചു. അവൾ കൂടുതൽ സംസാരിക്കുന്നതിന് മുമ്പ് അവൻ പറഞ്ഞു തുടങ്ങി.

"ഇന്നലെ രാത്രി അവൾ നിനക്ക് മെസ്സേജ് അയച്ചു" അവൻ അവളുടെ ഫോൺ ചൂണ്ടി, "നിങ്ങളുടെ സുരക്ഷ ഉറപ്പാക്കാൻ, ഞാൻ അവൾക്ക് മറുപടി നൽകി", ഇന്ന് രാവിലെ അവൾ നിങ്ങളെ വിളിച്ചു, ഞാൻ ഫോൺ അറ്റൻഡ് ചെയ്തു, നിങ്ങളുടെ വസ്ത്രത്തിൽ ചെളി നിറഞ്ഞതിനാൽ അവൾ ഓഫീസിലേക്ക് പോകുന്നതിന് മുമ്പ് ഇവിടെ എത്തി. ഞാൻ അവളോട് അത് മാറ്റാൻ പറഞ്ഞു", ഭാവഭേദമില്ലാതെ നിശബ്ദമായ ശബ്ദത്തിൽ അവൻ പറഞ്ഞു.

അവൾ നിശബ്ദയായി...

" അധികം ആലോചിച്ച് വിഷമിക്കണ്ട, ഇപ്പോൾ വിശ്രമിക്കൂ, അപ്പോൾ ഞാൻ മറുപടി പറയാം നിങ്ങളുടെ എല്ലാ ചോദ്യങ്ങൾക്കും."

"ഇതാ ഗുളികകൾ, കഴിക്കാൻ മറക്കല്ലേ" അവൻ മുറി വിട്ടിറങ്ങി.

"അവൻ എന്നെ രക്ഷിച്ചു, ഞാൻ ഇതുവരെ അവനോട് നന്ദി പറഞ്ഞിട്ടില്ല, പകരം എനിക്ക് അവനോട് ദേഷ്യം വരുന്നു, ഞാൻ തകർന്നു പോയി", അവൾക്ക് ലജ്ജ തോന്നി.

അവൾ ഭക്ഷണം കഴിച്ചു, ഗുളികകൾ കഴിച്ചു, കട്ടിലിൽ വിശ്രമിച്ചു.

"ഇന്നലെ അവൻ എങ്ങനെ അവിടെയെത്തി? 7 വർഷത്തെ ജയിൽവാസം, അതും ജാമ്യമില്ലാ തടവ്.. അന്ന് പോലീസ് സ്റ്റേഷനിൽ നടന്ന സംഭവങ്ങൾ അവളുടെ മനസ്സിലേക്ക് ഓടിയെത്തി...

അവൻ ജയിലിൽ നിന്ന് രക്ഷപ്പെട്ടോ?! അവൻ എന്റെ സ്ഥലം ഒളിക്കാൻ വേണ്ടി ഉപയോഗിക്കുന്നുണ്ടോ?! ചിന്തകളിൽ മുഴുകി അവൾ ഉറങ്ങിപ്പോയി....

അന്ന് വൈകുന്നേരം ഗായത്രി അനിതയെ സന്ദർശിച്ചു. ഗായത്രി അവിടെ വരുമ്പോഴും അനിത ഉറങ്ങുകയായിരുന്നു, അനിത ഉണരുന്നത് വരെ അവൾ വിജയ് യുമായി സംസാരിച്ചു

കൊണ്ടിരുന്നു.

"എങ്ങനെയുണ്ട്, ഇപ്പോൾ സുഖമാണോ?" ഗായത്രി പതിയെ അവളോട് ചോദിച്ചു.

"അതെ...കൊള്ളാം.." അനിത ചിരിച്ചു.

"കൃത്യസമയത്ത് വിജയ് അവിടെ വന്നില്ലെങ്കിൽ?!" അവളുടെ ശബ്ദം ആശങ്കയാൽ പതിഞ്ഞു.

അനിത ഒന്നും പറഞ്ഞില്ല.

ഗായത്രി തുടർന്നു, "രാവിലെ നിന്നെ കണ്ടപ്പോൾ എനിക്ക് വളരെ വിഷമമായിരുന്നു, ശരിക്കും എനിക്ക് ഇവിടെ നിന്റെ കൂടെ ഉണ്ടായിരിക്കണം എന്ന് തോന്നി, പക്ഷേ ഈ പ്രോജക്റ്റ്..

" അത് എങ്ങനെ പോയി?" അനിത ചോദിച്ചു

"അത് വിജയിച്ചു.. എല്ലാത്തിനുമുപരി, നിങ്ങളുടെ അശ്രാന്ത പരിശ്രമമായിരുന്നു അത്.. പ്രോജക്ട് മാനേജർ പറഞ്ഞു, ഞങ്ങളുടെ ടീം ഒരു ട്രീറ്റ് അർഹിക്കുന്നു, എല്ലാം കഴിഞ്ഞു, ഞാൻ അനുമതി വാങ്ങി ഇവിടെ എത്തി.

അവർ സംസാരിച്ചു കൊണ്ടിരിക്കുമ്പോൾ വിജയ് മുറിയുടെ വാതിലിൽ മുട്ടി കയറി. അവൻ പ്രാതൽ പ്ലേറ്റിന് പകരം ഒരു പാത്രം നിറയെ ചോറും ഒരു കപ്പ് രസവും ഉള്ള ഉച്ചഭക്ഷണ പ്ലേറ്റ് നൽകി.

"നല്ല സൌരഭ്യം" ഗായത്രി പറഞ്ഞു.

"നിനക്കും അവളോടൊപ്പം ചേരാം, ഞാൻ മറ്റൊരു പ്ലേറ്റ് കൊണ്ടുവരാം" അവൻ ക്ഷണിച്ചു.

"വേണ്ട താങ്ക്സ്... ഞാൻ ഉച്ചഭക്ഷണം 2 മണിക്ക് കഴിച്ചു, ഇപ്പോൾ 3 മണി ആയതേയുള്ളു, വയർ നിറഞ്ഞിരിക്കുന്നു" അവൾ മറുപടി പറഞ്ഞു.

"നിന്റെ സുഹൃത്തിനോട് നന്നായി ഭക്ഷണം കഴിക്കാൻ പറയൂ, അവൾക്ക് പോഷകാഹാരക്കുറവ് തോന്നുന്നു" അയാൾ പരാതി പറഞ്ഞു സ്ഥലം വിട്ടു.

"നല്ല ആളാ.." ഗായത്രി പറഞ്ഞു.
അനിത വീണ്ടും നിശബ്ദയായി.

ഗായത്രി പോയതിന് ശേഷം അനിത തന്റെ മുറിയിൽ നിന്ന് ഇറങ്ങിയപ്പോൾ ബാൽക്കണിയിൽ നിൽക്കുന്ന വിജയ് ഫോണിൽ സംസാരിക്കുന്നത് കണ്ടു.

കോളിന് ശേഷം അവൻ അടുക്കളയിൽ പോയി ചായ ഉണ്ടാക്കാൻ തുടങ്ങി.

"ഈ സ്വാദിഷ്ടമായ പാചകവും എല്ലാം നീ എവിടെ നിന്നാണ് പഠിച്ചത്?" അവൾ ചോദിച്ചു.

"ജയിലിൽ... അവിടെ അടുക്കളയിൽ മാറിമാറി പണിയെടുക്കണം", അയാൾ മറുപടി പറഞ്ഞു.

ആശയക്കുഴപ്പത്തിലായ അവൾ ഒന്നും മിണ്ടാതെ നിന്നു.

ടാബ്ലെറ്റുകളുള്ള ചായ കപ്പ് അവൾക്കു കൊടുത്തു.

"ആരാണ് ഇത് നിർദ്ദേശിച്ചത്, എപ്പോൾ?" അവൾ ചോദിച്ചു.

"അടുത്തുള്ള അപ്പാർട്ട്മെന്റിലെ ഒരു ലേഡി ഡോക്ടർ.., ഇന്നലെ രാത്രി നിങ്ങൾക്ക് താപനില കുറഞ്ഞു, ഞാൻ അവളോട് വന്ന് നിങ്ങളെ സന്ദർശിക്കാൻ അഭ്യർത്ഥിച്ചു, അവൾ ഡ്രസ്സിംഗ് ചെയ്തു, ഇത് നിർദ്ദേശിച്ചു" അവൻ മറുപടി പറഞ്ഞു.

അവൾ മെല്ലെ ബാൽക്കണിയിലേക്ക് നടന്ന് അവിടെ ചുരുണ്ടുകൂടി ഇരുന്നു.

തളർന്ന ഹൃദയത്തോടെ അവൻ അവളെ നോക്കി.

അടുത്ത ദിവസം അനിത വീട്ടിൽ തന്നെ നിന്നു. സത്യത്തിൽ അവൾക്ക് ഓഫീസിൽ പോകാൻ ആഗ്രഹമുണ്ടായിരുന്നു, എന്നാൽ വിജയ് യും ഗായത്രിയും അവളെ അതിന് അനുവദിച്ചില്ല. വിശ്രമിക്കാൻ അവർ കർശനമായി നിർദ്ദേശിച്ചു.

ഒന്നും ചെയ്യാതെ വീട്ടിൽ ഇരിക്കുന്നത് അനിതയ്ക്ക് മടുപ്പ് തോന്നി. രാവിലെ തന്നെ വിജയ് എങ്ങോട്ടോ പോയി. അവൾ 2 മണിക്കൂർ ഉറങ്ങി, എന്നിട്ട് അവൾ ഉണർന്നു.

അവൾ വിജയിയെ കുറിച്ച് ചിന്തിച്ചു തുടങ്ങി. ആ രാത്രിയിൽ അവൻ ഒരു നായകനെപ്പോലെ പ്രത്യക്ഷപ്പെട്ടു. അവന്റെ നീക്കങ്ങൾ വളരെ വ്യക്തമായിരുന്നു, ഒരു വികൃതിയും ഇല്ലായിരുന്നു. ഓരോ ഷോട്ടും വൃത്തിയും വെടിപ്പുമുള്ളതായിരുന്നു, യാതൊരു ബഹളവുമില്ലാതെ.... അവനെ കാണുന്ന ആർക്കും തീർച്ചയായും അദ്ദേഹത്തെ അഭിനന്ദിക്കാം.

5 വർഷം മുമ്പുള്ള ചിത്രം തികച്ചും വ്യത്യസ്തമാണെന്ന് അവൾ കരുതി. ഈ വർഷങ്ങളിൽ അവൻ ഒരുപാട് മാറി.

"കൗമാരക്കാർ മുതൽ മുതിർന്നവർ വരെ.

"ആൺകുട്ടിയിൽ നിന്ന് പുരുഷനിലേക്ക്".

കൂടുതൽ ശക്തവും കൂടുതൽ പേശീബലവും. ശബ്ദം ആഴത്തിലുള്ളതും അൽപ്പം ഭയപ്പെടുത്തുന്നതുമാണ്.

അയാൾക്കെതിരെ ചുമത്തിയ കുറ്റം അവന്റെ വ്യക്തിത്വവുമായി പൊരുത്തപ്പെടുന്നില്ല. അവൻ അത് ചെയ്തുവെന്ന് അവൾക്ക് വിശ്വസിക്കാൻ കഴിയുന്നില്ല. അവൻ നിരപരാധിയാകാൻ എന്തെങ്കിലും സാധ്യതയുണ്ടോ?! അവൾ വിചാരിച്ചു.

"ഒരു പെൺകുട്ടിക്ക് തന്റെ ഗർഭധാരണത്തെക്കുറിച്ച് കള്ളം പറയാനും മറ്റൊരാളുടെ കുഞ്ഞിന്റെ പിതാവാണെന്ന് അവകാശപ്പെടാനും എങ്ങനെ കഴിയും?!"

അവൾ ഒരു ദീർഘ നിശ്വാസം വിട്ടു.....

അതോടെ അവൾ ചിന്ത നിർത്തി സമയം ശ്രദ്ധിച്ചു. സമയം 2 കഴിഞ്ഞു. അവൾക്ക് വിശപ്പ് തോന്നിയില്ല. അവൾ ഭക്ഷണം ഒഴിവാക്കാൻ തീരുമാനിച്ചു. പക്ഷേ, "നന്നായി കഴിക്ക്....പോഷകക്കുറവ് തോന്നുന്നു" വിജയ് യുടെ ശബ്ദം

അവളുടെ മനസ്സിൽ പ്രതിധ്വനിച്ചു. അവൾ ഭക്ഷണം പ്ലേറ്റിൽ എടുത്ത് കഴിക്കാൻ ഇരുന്നു.

വൈകുന്നേരം ഗായത്രിയുടെ ഫോൺ വന്നു. അതിനു ശേഷം അവൾ അത്താഴം തയ്യാറാക്കാൻ തുടങ്ങി. ആദ്യം പതിവുപോലെ അത്താഴത്തിന് നൂഡിൽസ് ഉണ്ടാക്കാം എന്ന് കരുതി, പിന്നെ വിജയിയെ കുറിച്ച് ആലോചിച്ച് മനസ്സ് മാറ്റി, രാത്രിക്ക് ചപ്പാത്തിയും കുറുമയും തയ്യാറാക്കാൻ തുടങ്ങി.

"അവൻ എവിടെ പോയി?! ... അവൻ ഇന്ന് രാത്രി വരുമോ?!...

അവൾ ഭക്ഷണം കഴിച്ചില്ല, അവനെ കാത്തിരുന്നു.

"ഇനി അവൻ വരില്ലേ?!."

ആശയക്കുഴപ്പമുണ്ടാക്കുന്ന ചിന്തകളോടെ,

എന്തുകൊണ്ടെന്ന് അവൾക്കറിയില്ല, അവൾ വെറുതെ കാത്തിരുന്നു.

എല്ലാത്തിനുമുപരി, ഇത്രയും വർഷങ്ങൾ തനിച്ചായിരിക്കുമ്പോൾ, അവൾക്ക് ഇപ്പോൾ ഈ ലോകത്ത് ഒരാളെ ലഭിച്ചു, അയാൾക്ക് വേണ്ടി കാത്തിരിക്കാം.......

പിറ്റേന്ന് ഞായറാഴ്ച അനിത ഉച്ചഭക്ഷണം തയ്യാറാക്കുന്ന തിരക്കിലായിരുന്നു. പെപ്പർ ചിക്കനിൽ മട്ടൺ ബിരിയാണി ഉണ്ടാക്കാൻ അവൾ പ്ലാൻ ചെയ്തു. ഒരുപാട് നാളുകൾക്ക് ശേഷമാണ് അവൾ ഈ ഇറച്ചി തയ്യാറാക്കുന്നത്.

ഗായത്രി അവളോട് പറഞ്ഞു, ഇന്ന് അവൾ കുടുംബത്തോടൊപ്പം ഇവിടെ വരുമെന്ന്. ഉച്ചഭക്ഷണത്തിന് താൻ വരാമെന്ന് വിജയ് യും അവൾക്ക് ഉറപ്പ് നൽകി. ഇന്നലെ രാത്രി അവൻ വന്നപ്പോൾ അവൾക്ക് ആശ്വാസം തോന്നി. രണ്ടുപേർക്കും, പക്ഷി അതിന്റെ കൂടിലേക്ക് മടങ്ങിയതുപോലെയാണ്. "അവൻ എവിടെ പോയി?!, അവന്റെ ശിക്ഷയുടെ കാര്യമോ?! അവൻ ജാമ്യത്തിലോ മറ്റോ

വന്നോ?! അവൾക്കറിയില്ല.

"ഡിംഗ്...ഡോങ്..." ഡോർ ബെൽ അടിച്ചു. ഗായത്രി തന്റെ കൊച്ചു കുട്ടിയുമായി എത്തി.

"ഹായ് മിന്റു കണ്ണാ..." അനിത അമ്മയിൽ നിന്നും കുട്ടിയെ വാങ്ങി കുഞ്ഞിന്റെ കവിളിൽ ഒരു മുത്തം കൊടുത്തു.

അനിത ഗായത്രിയുടെ മുന്നിൽ ഒരു ജ്യൂസ് കപ്പ് വെച്ചു, മിന്റുവിന് ഒരു കുക്കിയും ഒരു കളിപ്പാട്ടവും നൽകി, അവൾ പാചകം തുടർന്നു.

" എന്തെങ്കിലും സഹായം?" ഗായത്രി ചോദിച്ചു.

"വേണ്ട, ഏകദേശം തീർന്നു" അവൾ മറുപടി പറഞ്ഞു.

"വിജയ് എവിടെയാ.. ഇവിടെയുണ്ടോ? ഗായത്രി ചോദിച്ചു.

"രാവിലെ തന്നെ പുറത്ത് പോയി, ഉച്ചക്ക് ഊണ് കഴിക്കാൻ വരാമെന്ന് പറഞ്ഞു".

"ഓ... അസാമാന്യ സ്വഭാവമുള്ള നല്ല മനുഷ്യൻ" അനിതയെ നോക്കി ഗായത്രി പറഞ്ഞു

"അവൻ പണ്ട് എന്താണ് ചെയ്തതെന്ന് നിങ്ങൾക്കറിയാമോ?" വാക്കുകൾ താനേ പുറത്തു വന്നു.

"അതെ...എനിക്ക്... എനിക്ക് മാത്രമല്ല, എല്ലാവർക്കും അത് അറിയാമായിരുന്നു., അല്ലേ?!" ഗായത്രി അത്ഭുതത്തോടെ ചോദിച്ചു.

സംശയത്തോടെ അവൾ അനിതയെ നോക്കി. അനിത കുഴഞ്ഞു.

അവൾ തുടർന്നു, "ഒരു വർഷം മുമ്പ്, പത്രങ്ങളിലും മാധ്യമങ്ങളിലും എല്ലായിടത്തും ഉണ്ടായിരുന്നു.... വാർത്താ ചാനലുകൾ പോലും കേസിനെക്കുറിച്ച് ഒരു കവർ സ്റ്റോറി ചെയ്തു, ഇപ്പോൾ ചാനലുകൾ ഇത്തരത്തിലുള്ള കഥകളാണ് കൂടുതൽ ഇഷ്ടപ്പെടുന്നത്!"

വളരെ ആശയക്കുഴപ്പത്തോടെ അനിത ചോദിച്ചു "നീയെന്താ സംസാരിക്കുന്നത്?".

"5 വർഷം മുമ്പ് വിജയിയോട് നിയമജ്ഞർ ചെയ്ത അനീതിയെക്കുറിച്ചാണ് ഞാൻ സംസാരിക്കുന്നത്. നമ്മുടെ പാവത്തിനെതിരായി മനോഹരമായി കഥ മെനഞ്ഞ കുറ്റവാളിയെക്കുറിച്ചാണ് ഞാൻ പറയുന്നത്..."

"അവൻ അത് ചെയ്തില്ല എന്നാണോ നിങ്ങൾ പറയുന്നത്?!!.." അനിത ഞെട്ടി. "പിന്നെ ആരാ....?!" ആശയക്കുഴപ്പത്തിലായ അവളുടെ വായിൽ നിന്ന് ശബ്ദത്തേക്കാൾ വായു മാത്രമേ പുറത്തേക്ക് വരുന്നുള്ളൂ.

"അതേ ട്യൂട്ടോറിയൽ സെന്ററിലെ സയൻസ് ടീച്ചറായിരുന്നു ആ തെണ്ടി, വിജയ് യെ കുറ്റം പറഞ്ഞിട്ട് മിണ്ടാതെ രക്ഷപ്പെട്ടു. അവനെതിരെയുള്ള സാക്ഷികളിൽ ഒരാളായിരുന്നു അവൻ. 3 വർഷത്തിന് ശേഷം അവൻ വീണ്ടും മറ്റൊരു പെൺകുട്ടിയെ ചതിച്ചു, പക്ഷേ ഇത്തവണ പെൺകുട്ടി ധൈര്യമായി. അവന്റെ യഥാർത്ഥ മുഖം പുറത്തു കൊണ്ടു വരാൻ വേണ്ടി അയാൾ ഒരു സ്ത്രീവിരുദ്ധനാണെന്ന് ചൂണ്ടിക്കാണിച്ചു. പോലീസ് സ്റ്റേഷനിലെ തേർഡ് ഡിഗ്രി ചികിത്സയിൽ അവൻ എല്ലാം ഛർദ്ദിച്ചു, ഈ തെമ്മാടിക്ക് പകരം നിരപരാധിയായ ഒരു ആൺകുട്ടിയെ തെറ്റായി ശിക്ഷിച്ചതായി കണ്ടെത്തിയതിനാൽ അവർ വീണ്ടും കേസ് പുനരാരംഭിച്ചു. പഴയ വിധി റദ്ദാക്കി ഉടൻ മോചിപ്പിക്കാൻ ജഡ്ജി ഉത്തരവിട്ടു. മാധ്യമങ്ങളും വിജയ്ക്കുള്ള പിന്തുണ നൽകി. അല്ലാത്തപക്ഷം പോലീസ് അവരുടെ തെറ്റ് മറച്ചുവെക്കുമായിരുന്നു.. " ഗായത്രി പറഞ്ഞു.

"എങ്ങനെയാണ് ഒരു പെൺകുട്ടിക്ക് ഇങ്ങനെ നുണ പറയാൻ കഴിയുന്നത്?!" അനിത അവിശ്വാസത്തിലായിരുന്നു. നിൽക്കാനാവാതെ അവൾ ഇരുന്നു.

"അതിന് ഉത്തരവാദിയായ ആൺകുട്ടിയെ ശിക്ഷിക്കാൻ ആഗ്രഹിക്കുന്നതിനാൽ അവളുടെ ഗർഭധാരണത്തെക്കുറിച്ച് മാതാപിതാക്കൾ അറിഞ്ഞപ്പോൾ അവൾക്ക്

നിയന്ത്രണാതീതമായ സാഹചര്യം കണ്ടെത്തി. ആ തെമ്മാടി അവളെ ഭീഷണിപ്പെടുത്തി, അവൻ ജയിലിൽ പോയാൽ ആരാണ് അവളെ വിവാഹം കഴിക്കുക, അവരുടെ കുറ്റം മറ്റൊരാളുടെ തലയിൽ വയ്ക്കാൻ അവർ ഇരുവരും നന്നായി ആസൂത്രണം ചെയ്തു. എന്നാൽ അയാൾ വിവാഹിതനാണെന്നും 2 കുട്ടികളുടെ പിതാവാണെന്നും അവൾ അറിഞ്ഞില്ല"

"എന്തിനാ വിജയ്....?" അനിതയ്ക്ക് സംസാരിക്കാൻ കഴിഞ്ഞില്ല, അവൾ മന്ത്രിക്കുക മാത്രം ചെയ്തു.

"കാരണം അവൻ ഒരു പശ്ചാത്തലവുമില്ലാത്ത ആളാണ്, അവനെ രക്ഷിക്കാൻ ആരും വരില്ല.... ആ മനുഷ്യന് വിജയിനെക്കുറിച്ച് എല്ലാം അറിയാമായിരുന്നു, അതിനാൽ അവൻ നന്നായി പ്ലാൻ ചെയ്തു".

ഏതാനും മിനിറ്റുകൾ നിശബ്ദത പരന്നു. മിന്റു ഒന്നും മിണ്ടാതെ കളിക്കുകയും കളിപ്പാട്ടം കടിക്കാൻ ശ്രമിക്കുകയും ചെയ്തു. ഗായത്രി അനിതയുടെ അവസ്ഥ മനസ്സിലാക്കി, അവളോട് സഹതാപം തോന്നി.

"അനിത, വിഡ്ഢിയാകരുത്, നീ ഇതിന് ഉത്തരവാദിയല്ല, അന്ന് ദയനീയമായ അവസ്ഥയിലായിരുന്നു നീ" അവളെ ബോധ്യപ്പെടുത്താൻ ഗായത്രി ശ്രമിച്ചു.

"മറ്റൊരു സാക്ഷിയായ തൂപ്പുകാരിയുടെ കാര്യമോ, അവളും കള്ളം പറഞ്ഞോ?" അനിത ചോദിച്ചു.

"ഇല്ല, അവൾ കോടതിയിൽ പറഞ്ഞത് സത്യമാണ്.." കരയുന്ന സ്വരത്തിൽ മറുപടി പറഞ്ഞു വിജയ് വീട്ടിലേക്ക് കയറി.

രണ്ടുപേരും സംസാരം നിർത്തി അവനെ നോക്കി.

ഒരു ഗ്ലാസ്സ് വെള്ളം കുടിച്ച ശേഷം അവൻ തുടർന്നു "അന്ന് വൈകുന്നേരം ഞാൻ അടുത്തുള്ള ലൈബ്രറിയിൽ കുറച്ച് കുറിപ്പുകൾ റഫർ ചെയ്യാൻ പോയപ്പോൾ വൈകി. വീട്ടിലേക്ക്

മടങ്ങുമ്പോൾ, ആ പെൺകുട്ടി സെന്ററിന് മുന്നിൽ നിൽക്കുന്നത് കണ്ടു, അവളെ എന്റെ ടൂ വീലറിൽ കയറ്റി വീട്ടിൽ ഇറക്കിവിട്ടു. അങ്ങനെ ഞങ്ങളെ രണ്ടുപേരെയും ഒരുമിച്ചാണ് കണ്ടതെന്ന് വീട്ടുജോലിക്കാരി മൊഴിയിൽ പറഞ്ഞു.

"ഇപ്പോൾ ഒരാളെ സഹായിക്കുന്നതും ചിലപ്പോൾ അപകടകരമാണ്", ഗായത്രി വിലപിച്ചു. "ആ മണ്ടി പെണ്ണിന് എന്ത് പറ്റി?!, അവൾ ഇപ്പോൾ എന്താണ് ചെയ്യുന്നത്?!" അവൾ പിറുപിറുത്തു.

"അവൾ അവളുടെ അനന്തരവനെ വിവാഹം കഴിച്ചു, 3 കുട്ടികളുടെ അമ്മയായി ജീവിതം നയിക്കുന്നു"

ഗായത്രിയുടെ ഭർത്താവും അവരുടെ പെൺകുഞ്ഞും അവരോടൊപ്പം ചേരാൻ വന്നതോടെ സംഭാഷണം അവിടെ നിന്നു.

അവർ ഉച്ചഭക്ഷണം ആസ്വദിച്ചു, ആഹ്ലാദത്തോടെ സംസാരിച്ചു, അതേസമയം അനിത പാതി മനസ്സിൽ ആയിരുന്നു.

"ആവശ്യമില്ലാത്ത കാര്യങ്ങൾ ചിന്തിച്ച് സ്വയം വിഷമിക്കരുത്," പോകുന്നതിനിടയിൽ ഗായത്രി അവളോട് പറഞ്ഞു.

ഇരുട്ടിലൂടെ പുറത്തേക്ക് നോക്കി അനിത ബാൽക്കണിയിൽ നിൽക്കുകയായിരുന്നു. അവൾക്ക് കുറ്റബോധം തോന്നി, അത് അംഗീകരിക്കുന്നത് വേദനാജനകമായിരുന്നു, "അവൾ അവനെ വിശ്വസിച്ചില്ല, അങ്ങനെയെങ്കിൽ അവനെ രക്ഷിക്കാൻ എന്തെങ്കിലും ചെയ്യാമായിരുന്നു", അവൾ ചിന്തിച്ചു.

"അരുൺ സാർ പറഞ്ഞത് വളരെ സത്യമാണ്..." പെട്ടെന്നുള്ള ശബ്ദവും പ്രസ്താവനയും കേട്ട് ഞെട്ടി അനിത

വിജയ് യെ നോക്കി.

"അവൻ എന്താണ് പറഞ്ഞത്?"

"അദ്ദേഹം പറഞ്ഞു, നിങ്ങൾ വളരെ സെൻസിറ്റീവും ലോലവുമാണ്.."

"ആ സമയം അരുൺ അവിടെ ഉണ്ടായിരുന്നെങ്കിൽ നിന്നെ ഇറക്കിവിടില്ലായിരുന്നു..."

"എനിക്കറിയാം...." സങ്കടത്തിൽ അവൻ അരുണിനെക്കുറിച്ച് ചിന്തിച്ചു.

അവൾ ഒരു ദീർഘനിശ്വാസം വിട്ടു..

"എന്നോട് ക്ഷമിക്കണം..., ഞാൻ നിന്നെ വിശ്വസിക്കണമായിരുന്നു, ഒരു അജ്ഞാത പെൺകുട്ടിയുടെ മൊഴി ഞാൻ വിശ്വസിച്ചു പോയി ...."

"നിങ്ങൾ ഈ ലോകത്തിന്റെ ക്രൂരത അറിയാൻ കഴിയാത്തത്ര നിഷ്കളങ്കയാണ്, ഇപ്പോൾ പോയി ഉറങ്ങൂ" അവന്റെ ശബ്ദം അൽപ്പം ഭയപ്പെടുത്തുന്നതായിരുന്നു, അനിത അനുസരണയുള്ള കുട്ടിയെപ്പോലെ നിശബ്ദമായി മുറിയിലേക്ക് പോയി.

അടുത്ത ആഴ്ചയിൽ ഒരു വൈകുന്നേരം വിജയ് അനിതയോട് തന്നോടൊപ്പം പുറത്തു വരാൻ ആവശ്യപ്പെട്ടു. എവിടെയാണെന്ന് അവൾ ചോദിച്ചു, പക്ഷേ അവൻ പറയാൻ തയ്യാറായില്ല.

"നമ്മൾ എവിടെ പോകുന്നു?" യാത്രക്കിടയിൽ അവൾ വീണ്ടും ചോദിച്ചു.

"ആദ്യം പോകാം, അപ്പോഴേക്കും അറിയാം", അവൻ മറുപടി പറഞ്ഞു.

"രാജാസ് അക്കാദമി ഓഫ് മാർഷ്യൽ ആർട്സ്" സൈൻ ബോർഡ് അവരെ സ്വാഗതം ചെയ്തു. അകത്തേക്ക് കയറുമ്പോൾ അനിത എന്തിനാണ് ഇവിടെ വന്നത് എന്ന് ചിന്തിച്ചു. ഒരു വലിയ ഗ്രൗണ്ടിൽ ചെറിയ ഗ്രൂപ്പുകളായി

ആളുകൾ കരാട്ടെയോ മറ്റോ അഭ്യസിക്കുന്നത് അവൾ ശ്രദ്ധിച്ചു.

അനിതയും പിന്നാലെ വിജയ് യും ഓഫീസ് മുറിയിലേക്ക് പോയി. 40 വയസ്സ് തോന്നിക്കുന്ന ഒരു സ്ത്രീ അവരോട് ചോദിച്ചു, "അതെ... നിങ്ങൾക്ക് എന്താണ് വേണ്ടത്?"

"അവൾ ഇവിടെ ചേരാൻ ആഗ്രഹിക്കുന്നു" അനിതയെ കാണിച്ച് വിജയ് മറുപടി പറഞ്ഞു.

"എന്താ?!!.... ഇല്ല.. ഞാനില്ല, അനിത പറഞ്ഞു, പക്ഷേ വിജയ് തടസ്സപ്പെടുത്തി, "നീ പുറത്ത് കാത്തിരിക്കൂ, ചുറ്റും നോക്കൂ"

അനിത പുറത്തേക്ക് പോയി.

അവൾ ആശയക്കുഴപ്പത്തിലാവുകയും അൽപ്പം ദേഷ്യത്തോടെ പുറത്ത് കാത്തുനിൽക്കുകയും ചെയ്തു, 15 മിനിറ്റിനുശേഷം വിജയ് പുറത്തിറങ്ങി, "വരൂ നമുക്ക് പോകാം" എന്ന് പറഞ്ഞു.

"എന്താ വിജയ് ഇത് ഞാൻ ഇവിടെ ചേരില്ല..... അനിത ഉറക്കെ പറയാൻ തുടങ്ങിയെങ്കിലും ചുറ്റുപാടുകൾ കാരണം അനിത പിറുപിറുത്തു.

"വാ നമുക്ക് വീട്ടിൽ പോകാം, അവിടെ ചെന്ന് ചർച്ച ചെയ്യാം" വിജയ് പറഞ്ഞു.

വീട്ടിൽ എത്തി അനിത ചോദിച്ചു, "എനിക്ക് അവിടെ ചേരണമെന്ന് ആരാണ് പറഞ്ഞത്?! എനിക്ക് ആളുകളുമായി വഴക്കിടാൻ താൽപ്പര്യമില്ല"

"ഇതൊരു ആഗ്രഹമല്ല, ആവശ്യമാണ്.. അതിലുപരിയായി ഇത് ആളുകളുമായി വഴക്കിടാനല്ല, സ്വയം പ്രതിരോധത്തിനാണ്.."

"പക്ഷെ വിജയ്..."

"അന്ന് രാത്രി നടന്നത് നീ മറന്നില്ല എന്ന് തോന്നുന്നു.. ഇനിയിത് ആവർത്തിക്കില്ലെന്ന് ഉറപ്പ് തരാമോ?! അപ്പോൾ നീ

എന്ത് ചെയ്യും?! നിന്നെ സംരക്ഷിക്കാൻ ഞാൻ ഓരോ തവണയും അവിടെ വരണമെന്ന് നീ ആഗ്രഹിക്കുന്നുണ്ടോ?!" അവന്റെ ശബ്ദം അവളെ അടക്കി നിർത്താൻ തക്ക തണുപ്പായിരുന്നു.

കരയുമെന്ന മട്ടിൽ അനിതയുടെ മുഖം ചുരുങ്ങി.."ഇനി അങ്ങനെ സംഭവിച്ചാൽ പിന്നെ ഞാൻ ജീവിക്കാൻ പോകുന്നില്ല" അവൾ സ്വയം ചിന്തിച്ചു.

"നിങ്ങൾ എന്താണ് ചിന്തിക്കുന്നതെന്ന് എനിക്കറിയാം..ഇതു പോലുള്ള ഒരു പ്രശ്നത്തിന് അതൊന്നും പരിഹാരമല്ല.., നിങ്ങൾക്ക് വേണ്ടത് ധൈര്യവും ശക്തിയും അൽപ്പം മനസ്സിന്റെ സാന്നിധ്യവുമാണ്. എന്നെ വിശ്വസിക്കൂ, ഈ പരിശീലനം തീർച്ചയായും നിങ്ങളെ സഹായിക്കും" അവന്റെ ശബ്ദം മയപ്പെടുത്തി.

അനിത കുറച്ചു നേരം ആലോചിച്ചു.. എന്നിട്ട് ശരി എന്ന് തലയാട്ടി..

വിജയ് ഇവിടെ വന്നിട്ട് ഒരാഴ്ച കഴിഞ്ഞു. അത് മനോഹരമായ ഒരു സായാഹ്നമായിരുന്നു, വീട് കാപ്പിയുടെ സുഗന്ധവും നല്ല സംഗീതവും കൊണ്ട് നിറഞ്ഞിരുന്നു. വിജയ്ക്ക് സംഗീതത്തോട് വലിയ ഇഷ്ടമാണ്. അവൻ സമീപത്തുള്ളപ്പോഴെല്ലാം ടിവിയിലോ സിസ്റ്റത്തിലോ പാട്ടുകൾ പ്ലേ ചെയ്യും.

ഡോർ ബെൽ അടിച്ചു. അനിത അടുക്കളയിൽ ആയിരുന്നതിനാൽ വിജയ് വാതിൽ തുറന്നു. പാർവതി അമ്മായി മകൾ ശ്വേതയ്ക്കൊപ്പം വാതിൽപ്പടിയിൽ നിൽക്കുകയായിരുന്നു. അവൾ വിജയിയെ സംശയത്തോടെ കണ്ടു, അവൻ അവളുടെ നോട്ടം ശ്രദ്ധിച്ചു.

"അനിത എവിടെ? അവൾ ചോദിച്ചു.

"ഒരു കാക്ക അവളെ കൂട്ടിക്കൊണ്ടുപോയി, ഞാൻ ആ കാക്കയെ തിരയുകയാണ്", അയാൾക്ക് മറുപടി നൽകാൻ ആഗ്രഹിച്ചു, പക്ഷേ അത് പറഞ്ഞില്ല. പകരം അവൻ മറുപടി പറഞ്ഞു, "അവൾ അടുക്കളയിലാണ്, നിങ്ങൾ ആരാണെന്ന്? എന്താണ് വേണ്ടത്?"

"ഞാൻ മിസ്സിസ് പാർവതിയാണ്, ഈ അപ്പാർട്ട്മെന്റ് സെക്രട്ടറി" അവൾ അഭിമാനത്തോടെ പ്രഖ്യാപിച്ചു.

"ഓ.. സോറി മാം, എനിക്കറിയില്ലായിരുന്നു, പ്ലീസ് കം ഇൻ..., പിന്നെ അവളോ..?! വിജയ് ചോദിച്ചു.

"അവൾ എന്റെ മകളാണ്, ശ്വേത"

"നുണ പറയരുത് മാഡം, നിങ്ങൾ രണ്ടുപേരും സഹോദരിമാരാണെന്ന് ഞാൻ കരുതി, നിങ്ങൾ വളരെ ചെറുപ്പമാണെന്ന് തോന്നുന്നു" അവൻ കള്ളം പറഞ്ഞു.

അപ്രതീക്ഷിതമായ ഈ അഭിനന്ദനത്തിൽ അവൾ മതിമറന്നു, "എല്ലാവരും അങ്ങനെ മാത്രമേ പറയുമായിരുന്നുള്ളൂ" അവൾ ചിരിച്ചുകൊണ്ട് പറഞ്ഞു.

ഈ സംഭാഷണം ശ്വേതയെ വളരെയധികം അലോസരപ്പെടുത്തി. അപ്പോഴേക്കും അനിത അവിടെ വന്നു കുശലം പറഞ്ഞു.

"ആരാണ് അനിതേ ഇയാൾ? ഞാൻ ഇതുവരെ കണ്ടിട്ടില്ലല്ലോ?" പാർവതി അമ്മായി അവളുടെ സന്ദർശന ലക്ഷ്യം നിറവേറ്റാൻ തുടങ്ങി.

എന്ത് പറയണം എന്ന് അനിത ആലോചിച്ചു കൊണ്ടിരിക്കുമ്പോൾ.

"ഞാൻ വിജയ്, അനിതയുടെ അകന്ന ബന്ധു" അവൻ ഉറച്ച സ്വരത്തിൽ മറുപടി പറഞ്ഞു.

"ബന്ധുവോ?!.... എന്ത് ബന്ധു?! അവൾ ഇവിടെ വന്നപ്പോൾ ആരുമില്ലെന്നു പറഞ്ഞു", പാർവതി ആന്റി ചോദിച്ചു

"അയ്യോ.. ഈ പെണ്ണുങ്ങൾ..." വിജയ് ദേഷ്യപ്പെട്ടു, പക്ഷേ അവൻ പുറത്തു കാണിച്ചില്ല, "ഞാൻ അവളുടെ കസിൻ ആണ്" അവൻ ശൂന്യമായ മുഖത്തോടെ മന്ത്രിച്ചു.

"ഏത് കസിൻ?!.." ചില സമയങ്ങളിൽ അവൾ മനസ്സിനെ പ്രകോപിപ്പിക്കും.

"നിങ്ങൾക്ക് കൂടുതൽ വിശദാംശങ്ങൾ വേണോ?! എങ്കിൽ ഞാൻ നിങ്ങളോട് വിശദീകരിക്കാം. ഞാൻ അവളുടെ അച്ഛന്റെ ഭാര്യയുടെ സഹോദരന്റെ മകളുടെ സഹോദരന്റെ മകനാണ്".

"എന്താ????... പാർവതി ആന്റിയുടെ തല കറങ്ങാൻ തുടങ്ങി... ചിരി നിയന്ത്രിക്കാൻ അനിത അടുക്കളയിലേക്ക് ഓടി.

ദിവസങ്ങൾ കടന്നു പോയിക്കൊണ്ടിരുന്നു. എങ്ങും ആഹ്ലാദവും സന്തോഷവും നിറഞ്ഞ ആ സായാഹ്നം. അപ്പാർട്ട്മെന്റുകാർ പൂന്തോട്ടത്തിൽ ജന്മാഷ്ടമി ആഘോഷിക്കുകയായിരുന്നു. അങ്ങോട്ടും ഇങ്ങോട്ടും ഓടുന്ന കൊച്ചു കൃഷ്ണന്മാരും രാധമാരും.

അനിത ഒരു മൂലയിൽ ഒറ്റയ്ക്ക് ഇരുന്നു കുട്ടികളെ നോക്കി. അവളുടെ അടുത്തേക്ക് ഓടിയെത്തിയ ഒരു കുട്ടി അവളുടെ കാലിൽ തട്ടി വീണു. കുട്ടി കരയാൻ തുടങ്ങി. അവൾ അവനെ മടിയിൽ കിടത്തി ആശ്വസിപ്പിക്കാൻ തുടങ്ങി. പെട്ടെന്ന് അവന്റെ അമ്മ എവിടെ നിന്നോ വന്നു അനിതയിൽ നിന്ന് അവളുടെ കുട്ടിയെ തട്ടിയെടുത്ത് ആശ്വസിപ്പിക്കാൻ കൊണ്ടു പോയി.

അനിതയുടെ മുഖത്തിന് തിളക്കം നഷ്ടപ്പെട്ടു. അമ്മയുടെ പിരിമുറുക്കം അവൾക്ക് മനസ്സിലായി. എന്നിട്ടും അവളുടെ ഹൃദയം തന്റേതായ ഒരു കുഞ്ഞിനും മാതൃത്വത്തിന്റെ വികാരത്തിനും വേണ്ടി വേദനിച്ചു.

ബാൽക്കണിയിലിരുന്ന് വിജയ് അവളെ നോക്കിക്കൊണ്ടിരുന്നു. ഒരു കുഞ്ഞിനു വേണ്ടിയുള്ള അനിതയുടെ ആഗ്രഹം അയാൾക്ക് അനുഭവിക്കാൻ കഴിഞ്ഞു. അവൻ ചിന്തിച്ചു, "എനിക്ക് ഉടൻ ആരംഭിക്കണം, പക്ഷേ എങ്ങനെ...."

അവൻ ഇതുവരെ വഴി കണ്ടെത്തിയിട്ടില്ല.

ഒരു മാസം കഴിഞ്ഞു.

"എനിക്ക് പരിശീലനം നൽകണമെന്ന് അവൻ വളരെ ഉറച്ചു നിൽക്കുന്നു.." അനിത ഓഫിസിൽ വയ്ച്ച് ഗായത്രിയോട് പറഞ്ഞു.

"വാ നമുക്ക് കുറച്ച് കാപ്പി കുടിക്കാം" ഗായത്രി പറഞ്ഞു. അവർ കോഫി മെഷീന്റെ അടുത്തേക്ക് പോയി.

അപ്പോഴേക്കും രണ്ട് പേർ അവിടെ നിൽക്കുകയായിരുന്നു, കാപ്പി ഉണ്ടാക്കുകയും ഗൗരവമായി എന്തോ സംസാരിക്കുകയും ചെയ്തു. ഗായത്രിയും അനിതയും പുറകിൽ നിൽക്കുന്നത് അവർ ശ്രദ്ധിച്ചില്ല.

"അവളുടെ പേര് അനിത എന്നാണ് എനിക്ക് തോന്നുന്നത്.." ആദ്യത്തെ ആൾ പറഞ്ഞു.

"കഴിഞ്ഞ ഒരു മാസമായി ആ പയ്യൻ അവളോടൊപ്പം താമസിക്കുന്നതായി തോന്നുന്നു, അവർ സിംഗിൾ ബെഡ്റൂം അപ്പാർട്ട്മെന്റ് പങ്കിടുന്നു, ഇത് ഒരുതരം 'ലിവ് ഇൻ' ബന്ധമാണെന്ന് തോന്നുന്നു"

അവരുടെ ഓഫീസിൽ ഈ ഗോസിപ്പ് നടക്കുന്നുണ്ടെന്ന് ഗായത്രിക്ക് നേരത്തെ തന്നെ അറിയാമായിരുന്നെങ്കിലും അനിത ഞെട്ടിപ്പോയി.

"അനിത.." ഗായത്രി അവളുടെ തോളിൽ മെല്ലെ തൊട്ടു.

ഒന്നും പറയാതെ അനിത അവളുടെ മേശയ്ക്കടുത്തു പോയി.

ഓഫീസിലെ സംഭവങ്ങളും അനിതയുടെ മനസ്സും ഫോണിലൂടെ ഗായത്രി നേരത്തെ തന്നെ വിജയ്‌യെ അറിയിച്ചു. വിജയ് വീട്ടിലേക്ക് പോവുകയായിരുന്നു. അനിതയുടെ പ്രതികരണങ്ങളുടെ സാധ്യതകളെക്കുറിച്ച് അയാൾ ആഴത്തിൽ ചിന്തിച്ചു. "അവിടെ നിന്ന് സ്വയം പായ്ക്ക് ചെയ്യാൻ ഞാൻ തയ്യാറായിരിക്കണം," അവൻ പ്രതീക്ഷിച്ചു.

വീട്ടിലെത്തിയപ്പോൾ ഭയങ്കര ശാന്തമായിരുന്നു. അനിത ശാന്തമായി സാധാരണ കാണുകയും അവളുടെ വീട്ടുജോലികൾ ചെയ്യുകയും ചെയ്തു. അവൻ പ്രതീക്ഷിച്ചു, അവൾ അവളുടെ കിടപ്പുമുറിയിൽ കരയുന്നുണ്ടാവും. അവൾ കാഷ്വൽ ആയതു കണ്ട് അയാൾക്ക് അൽപ്പം ആശ്വാസം തോന്നി. സ്ത്രീകൾ എപ്പോഴും പ്രവചനാതീതമാണ്, അവൻ വിചാരിച്ചു.

അടുത്ത ദിവസം ഓഫീസിലെത്തി, ഉച്ചഭക്ഷണ സമയത്ത്, ഗായത്രി ഒരു കോർണർ സീറ്റ് തിരഞ്ഞെടുത്തു,

"അങ്ങനെയെങ്കിൽ.. 'ഗോസിപ്പിംഗ്' നിങ്ങൾ കാര്യമാക്കേണ്ടതില്ല, ഗായത്രി തുടങ്ങി.

"ഞാൻ എന്തിന്?!" അനിത നിസ്സംഗതയോടെ മറുപടി പറഞ്ഞു.

ഗായത്രി ഒന്നും പറഞ്ഞില്ല.

"എന്തു കൊണ്ടാണ് ആളുകൾ ഇങ്ങനെ? അവർക്ക് എങ്ങനെ ഇത് സംസാരിക്കാൻ കഴിയും? ഇത് തികച്ചും തെറ്റായ ഒരു അനുമാനമാണ്, യാതൊരു അടിസ്ഥാനവുമില്ല. തികച്ചും അസംബന്ധം. എനിക്ക് വിശ്വസിക്കാൻ കഴിയുന്നില്ല. ഈ ഉപയോഗശൂന്യമായ കാര്യങ്ങൾ ചർച്ച ചെയ്ത് സമയം കളയേണ്ടെന്ന് എനിക്ക് തോന്നുന്നു, ഇത് വെറുപ്പുളവാക്കുന്നതാണ്..." ദേഷ്യം, നിരാശ, ഭയം, എല്ലാം

കലർത്തി. വെള്ളം നിറഞ്ഞ അണക്കെട്ടിന്റെ ഗേറ്റ് തുറന്നത് പോലെയാണ് അനിത പുറത്തേക്ക് വരുന്നത്.

ഗായത്രി അവളുടെ മുഖത്തെ സൂക്ഷ്മമായി നിരീക്ഷിച്ചു കൊണ്ടിരുന്നു, അതേസമയം അനിത അവളുടെ വികാരങ്ങളെ നിയന്ത്രിക്കാൻ പരമാവധി ശ്രമിച്ചു.

ഏതാനും മിനിറ്റുകൾ നിശബ്ദത പരന്നു. 'ഇതൊരു സെൻസിറ്റീവായ വിഷയമാണ്, ശ്രദ്ധയോടെ കൈകാര്യം ചെയ്യുക' ഗായത്രിയുടെ മനസ്സ് അവളെ ഉപദേശിക്കുകയായിരുന്നു. അവൾ ഒരു ദീർഘനിശ്വാസം വിട്ടു.

"അപ്പോൾ എന്താണ് നിങ്ങളുടെ തീരുമാനം?!" ഗായത്രി ചോദിച്ചു.

"എന്തിനെപ്പറ്റി?!"...

"നിന്റെ ഭാവിയെപ്പറ്റി!"

അനിത ഒന്നും മിണ്ടാതെ നിന്നു.

.. "എനിക്ക് ഭാവിയില്ലെന്ന് തോന്നുന്നു, അത് പണ്ടേ അവസാനിച്ചു" അനിതയുടെ സ്വരത്തിൽ സ്വയം സഹതാപം നിറഞ്ഞു.

ആ മറുപടിയിൽ ഗായത്രിക്ക് ദേഷ്യം വന്നു, പക്ഷേ അവൾ സ്വയം നിയന്ത്രിച്ചു. അത് പിന്നീട് കൈകാര്യം ചെയ്യാൻ അവൾ തീരുമാനിച്ചു.

ഗായത്രിക്ക് അനിതയെ മനസ്സിലാക്കാൻ കഴിഞ്ഞത് ഒരു വൈകുന്നേരം അനിതയുടെ വീട്ടിൽ കഴിഞ്ഞപ്പോഴാണ്. അനിതയെ തന്റേതായ രീതിയിൽ നേരിടാൻ അവൾ വിജയിയോട് വൈകി വരാൻ ആവശ്യപ്പെട്ടു.

രണ്ടുപേരും കൈയിൽ ചായക്കപ്പുമായി ബാൽക്കണിയിൽ ഇരിക്കുന്നു. തന്റെ സുഹൃത്തിന്റെ മനസ്സിൽ എന്തോ ഉണ്ടെന്ന് അനിതയ്ക്ക് അറിയാമായിരുന്നു, പക്ഷേ അവൾ എന്തിനാണ്

ഇന്ന് ഇവിടെയുള്ളതെന്ന് അവൾക്ക് ഒരു സൂചന പോലും ലഭിച്ചില്ല.

"എങ്കിൽ... നിനക്ക് അവനെ കല്യാണം കഴിച്ച് കൂടെ?" ഗായത്രി ഉടനെ കാര്യത്തിലേക്ക് വന്നു.

"ആരെ"

"ഞാൻ പറയുന്നത്, നിങ്ങൾ ലിവ് ഇൻ റിലേഷൻഷിപ്പിൽ ഉള്ള ആളെ വിവാഹം കഴിക്കൂ, ആ ഗോസിപ്പിന് ഫുൾസ്റ്റോപ്പ് ഇട"

അനിതയ്ക്ക് തന്റെ കാതുകളെ വിശ്വസിക്കാൻ കഴിയുന്നില്ല.

"ഞങ്ങൾക്കിടയിൽ എന്തോ നടക്കുന്നുണ്ടെന്ന് നീയും വിശ്വസിക്കുന്നുണ്ടോ?"

"ഇല്ല.....ഞാൻ സത്യം ചെയ്യുന്നു, ഗായത്രി ഉറച്ചു പറഞ്ഞു. ഞാൻ നിങ്ങളെ വിശ്വസിക്കുന്നു..പക്ഷെ ലോകം മറ്റൊന്നാണ് വിശ്വസിക്കുന്നത്".

"ഞാൻ ലോകത്തെ കാര്യമാക്കുന്നില്ല" അനിത തിരിച്ചു പറഞ്ഞു.

"എങ്കിൽ കൊള്ളാം, എനിക്ക് അത് അഭിനന്ദിക്കാം., പക്ഷെ എന്റെ ആത്മാർത്ഥമായ ഉപദേശം നിങ്ങൾ രണ്ടുപേരും വിവാഹിതരാകണം എന്നാണ്, നിന്റെ ഭാവി കണക്കിലെടുത്ത് ഞങ്ങൾക്ക് എടുക്കാവുന്ന ഏറ്റവും നല്ല തീരുമാനമാണിത്.."

" എന്നോട് എന്താണ് നിർദ്ദേശിക്കുന്നതെന്ന് നിങ്ങൾക്ക് അറിയാമോ?! അതെങ്ങനെ സാധ്യമാകും? ഇത് ചിന്തിക്കാൻ പോലും കഴിയില്ല!! ഭാഗ്യം, വിജയ് ഇവിടെയില്ല, അല്ലെങ്കിൽ അവൻ എന്ത് വിചാരിക്കും?"

"അവൻ എപ്പോഴും നിന്നെക്കുറിച്ചാണ് ചിന്തിക്കുന്നത്", ഗായത്രി മന്ത്രിച്ചു.

ഗായത്രി ഇപ്പോൾ പറഞ്ഞത് മനസിലാകാത്ത പോലെ അനിത ചോദിച്ചു, "അതിനർത്ഥം..."

"അതിന്റെ അർത്ഥം........ അവൻ നിന്നെ വിവാഹം കഴിക്കാൻ ആഗ്രഹിക്കുന്നു" ഗായത്രി പെട്ടെന്ന് കാര്യം പറഞ്ഞു.

ഇതൊന്നും പ്രതീക്ഷിക്കാത്ത അനിത ഒന്നും മിണ്ടിയില്ല. സ്വയം വീണ്ടെടുക്കാൻ കുറച്ച് സമയമെടുത്തു. സത്യത്തിൽ അവൾക്ക് എന്ത് പറയണമെന്ന് അറിയില്ലായിരുന്നു.

"ഇല്ല..നീ കള്ളം പറയുകയാണ്... അവന് ഭ്രാന്താണോ?! ഞാനൊരു വിധവയാണ്, അത് നിങ്ങൾ ഓർക്കുന്നുണ്ടോ?!"

"അതിൽ എന്താണ് പ്രശ്നം? ഒരു വിധവയ്ക്ക് വീണ്ടും വിവാഹം കഴിക്കാൻ കഴിയില്ലേ?!"

"ഞാൻ എല്ലാവരേയും ഉദ്ദേശിച്ചല്ല പറഞ്ഞത്, എനിക്ക് വേണ്ട.."

"നിനക്ക് ഒരു പുനർവിവാഹം വേണ്ടേ, അതോ വിജയിയെ വിവാഹം കഴിക്കാൻ ആഗ്രഹിക്കുന്നില്ലേ?!".

"രണ്ടും" അനിത പറഞ്ഞു

"പക്ഷെ എന്തിന്? എന്താണ് കാരണം?"

"നിങ്ങൾക്ക് അതിനൊരു കാരണം വേണോ?! ഞാൻ 20-കളുടെ അവസാനത്തിലാണ്, ഒരു സെക്കൻഡ് ഹാൻഡ് പതിപ്പ്, അവൻ 20-കളുടെ തുടക്കത്തിലെ ഒരു ചെറുപ്പക്കാരനാണ്, കൂടാതെ ഫ്രെഷറാണ്.., അവന് 23 വയസ്സിൽ കുറവാണ്, ഇത് പോലും അവന്റെ വിവാഹത്തെക്കുറിച്ച് ചിന്തിക്കാനുള്ള ശരിയായ പ്രായമല്ല"

"ഈ വിഷയം പുറത്തു കൊണ്ടു വരാൻ അവന് മടിയാണ്...... നോക്കൂ അനിത, പ്രായവ്യത്യാസം ഒരു പ്രശ്നമായി അവൻ കരുതുന്നില്ല, ഞാനും അത് തന്നെ കരുതുന്നു, ഇത് നിഷേധിക്കുന്നതിൽ ഒരു കാര്യവുമില്ല"

"ഇല്ല...എനിക്കത് അംഗീകരിക്കാൻ കഴിയില്ല".

"എന്തുകൊണ്ട്?"

" ഞാൻ അവനു അനുയോജ്യമായ വ്യക്തിയല്ല"

"അങ്ങനെ......" ഗായത്രി ആശ്വസിച്ചു. "എന്നോട് ക്ഷമിക്കണം അനിത, നിന്നെ വേദനിപ്പിക്കാൻ ഞാൻ ഉദ്ദേശിച്ചിട്ടില്ല... പക്ഷെ ഇതാണ് സത്യം...,ഏറ്റവും നല്ല തീരുമാനം നീ അവന്റെ നിർദ്ദേശം അംഗീകരിച്ച് അവനോടൊപ്പം ജീവിതം തുടങ്ങുക എന്നതാണ്. എനിക്ക് നിന്നോട് പറയാനുള്ളത് ഇത്രയേ ഉള്ളൂ....

ഞാൻ പോവുകയാണ്, ഒന്ന് ആലോചിച്ചു നോക്ക്...." ഒരു മിനിറ്റ് കാത്തിരുന്ന് ഗായത്രി സ്ഥലം വിട്ടു.

അനിത കഷ്ടിച്ച് നടന്ന് കട്ടിലിൽ വീണു കരയാൻ തുടങ്ങി...

തിരക്കുള്ള ഒരു സായാഹ്നമായിരുന്നു അത്. റെസ്റ്റോറന്റ് ഏതാണ്ട് ആളുകളെ കൊണ്ട് നിറഞ്ഞു. ഗായത്രിയുടെ അരികിൽ അവളുടെ ഭർത്താവ് രാജേഷും സമീപത്തായി വിജയ്‌യും ഉണ്ട്.

"അവളുടെ പ്രതികരണം എന്താണ്?" രാജേഷ് ഗായത്രിയോട് ചോദിച്ചു.

"എനിക്ക് തോന്നുന്നില്ല, നമുക്ക് അവളെ ബോധ്യപ്പെടുത്താം", ഗായത്രി നെടുവീർപ്പോടെ പറഞ്ഞു.

"എനിക്ക് ഒരു പ്ലാൻ ഉണ്ട്...പക്ഷെ അത് എത്രത്തോളം പ്രവർത്തിക്കുമെന്ന് ഉറപ്പില്ല.."

വിജയ് പറഞ്ഞപ്പോൾ ഗായത്രിയും രാജേഷും പരസ്പരം നോക്കി.

ഒരു ഇടവേളയ്ക്ക് ശേഷം, "അനിതയെ സംബന്ധിച്ചിടത്തോളം അവളെ പൂട്ടാനുള്ള ഒരേയൊരു മാർഗ്ഗമാണിതെന്ന് ഞാൻ കരുതുന്നു" എന്ന് വിജയ് കൂട്ടിച്ചേർത്തു.

അവൻ തന്റെ പ്ലാൻ വിശദീകരിച്ചപ്പോൾ ഗായത്രി ഞെട്ടിപ്പോയി, കുറച്ച് മിനിറ്റ് അവൾ ഒന്നും

മിണ്ടിയില്ല..സത്യത്തിൽ അവൾക്ക് എങ്ങനെ പ്രതികരിക്കണം എന്നറിയില്ല.

"സൂപ്പർ ബ്രോ", രാജേഷ് ചിരിച്ചു കൊണ്ട് പറഞ്ഞു.

ഗായത്രി രണ്ടു പേരെയും അന്യഗ്രഹജീവികളെപ്പോലെ നോക്കി. "അതെ.... ആണുങ്ങൾ ചിലപ്പോൾ വിചിത്രമായി കാണും", വെറുപ്പുളവാക്കുന്ന സ്വരത്തിൽ അവൾ പറഞ്ഞു.

"നിങ്ങൾ ടിവി ചാനലുകളിൽ കൂടുതൽ സീരിയലുകൾ കാണുന്നുണ്ടെന്ന് തോന്നുന്നു, ഈ പദ്ധതിയെക്കുറിച്ച് എനിക്ക് ബോധ്യമില്ല."

"അതുകൊണ്ടാ ഞാൻ രാജേഷ് ബ്രോയെ ഇങ്ങോട്ട് കൊണ്ട് വന്നത്" വിജയ് ചിരിച്ചു കൊണ്ട് പറഞ്ഞു.

"മോശമായ ആശയമല്ല.....പക്ഷേ...അത് അവളുടെ വികാരങ്ങളെ ആഴത്തിൽ വേദനിപ്പിക്കും" ഗായത്രി വിഷമിച്ചു.

"എനിക്ക് മനസ്സിലായി... കുറച്ച് കേടുപാടുകൾ കൂടാതെ നമുക്ക് ഒന്നും നേടാനാവില്ല" വിജയ് ആശങ്കയോടെ പറഞ്ഞു.

"അവൾ എങ്ങനെ പ്രതികരിക്കുമെന്ന് നിങ്ങൾക്ക് എന്തെങ്കിലും ധാരണയുണ്ടോ?!" ഗായത്രി വിഷമിച്ചു.

"എന്തായാലും ഞാൻ അത് കൈകാര്യം ചെയ്യണം ... എനിക്ക് അവളെ കൈകാര്യം ചെയ്യാൻ കഴിയുമെന്ന് ഞാൻ കരുതുന്നു ... കുറഞ്ഞത് എനിക്ക് ഒരു അടി, അല്ലെങ്കിൽ പരമാവധി തടവ് ശിക്ഷ ലഭിക്കും"

ഈ കുട്ടി അവൾ വിചാരിച്ച പോലെ എല്ലാം എങ്ങനെ എളുപ്പത്തിൽ എടുക്കുന്നു, അവന്റെ ധൈര്യത്തെ അഭിനന്ദിക്കാതിരിക്കാൻ അവൾക്ക് കഴിയില്ല.

അത് മനോഹരമായ ഒരു പ്രഭാതമായിരുന്നു, പക്ഷികൾ സന്തോഷത്തോടെ ചിലച്ചു കൊണ്ടിരുന്നു, തണുത്ത കാറ്റിനൊപ്പം മനോഹരമായ അന്തരീക്ഷം. ഓഫീസിലേക്ക് പോകാൻ ഒരുങ്ങി മുറിയിൽ നിന്ന് ഇറങ്ങിയ അനിത കണ്ടത്

ഇണ (നോവൽ)

വിജയ് ബാൽക്കണിയിൽ നിൽക്കുന്നതും ആരോടോ ഫോണിലൂടെ സംസാരിക്കുന്നതും ആണ്. "എല്ലാം തയ്യാറാണോ?!" അവൻ പതിഞ്ഞ സ്വരത്തിൽ ചോദിച്ചു.

നെറ്റി ഉയർത്തി അനിത നേരെ അടുക്കളയിലേക്ക് പോയി കാപ്പി ഉണ്ടാക്കാൻ തുടങ്ങി. കോൾ അവസാനിപ്പിച്ച് അവൻ അവളുടെ അരികിൽ വന്നു നിന്നു.

"ഏയ്.... സുപ്രഭാതം! ഇത്ര നേരത്തെ എഴുന്നേറ്റോ?! അവൾ ചോദിച്ചു.

"വിഷ് യു ഹാപ്പി ബർത്ത് ഡേ" അവൻ പുറകിൽ പിടിച്ച് മനോഹരമായ ഒരു പൂങ്കുല കൊണ്ടുവന്ന് അവൾക്ക് സമ്മാനിച്ചു.

അനിത ഒരു നിമിഷം ആശയക്കുഴപ്പത്തിലായി, തീയതി പരിശോധിക്കാൻ പെട്ടെന്ന് കലണ്ടറിലേക്ക് നോക്കി.

"ഓ...ഞാൻ മറന്നുപോയി.. കുറച്ചുനാളായി എന്റെ പിറന്നാൾ ദിനങ്ങളെ കുറിച്ച് ചിന്തിച്ചിട്ടില്ല....അത് ശ്രദ്ധിക്കേണ്ട കാര്യമൊന്നുമില്ല...." അവൾ നിസ്സംഗതയോടെ പറഞ്ഞു,നന്ദിയോടെ പൂച്ചെണ്ട് സ്വീകരിച്ചു.

"നീ എങ്ങനെ അറിഞ്ഞു" അവൾ ഞെട്ടലോടെ ചോദിച്ചു

"എനിക്കെങ്ങനെ മറക്കാൻ കഴിയും?! കാരണം നിങ്ങൾ രണ്ടുപേരും എന്നെ വഴിയരികിൽ നിന്ന് രക്ഷിച്ച ദിവസം ഇതായിരുന്നു".

അനിത ഒന്നും മിണ്ടിയില്ല... മുഖത്ത് സങ്കടം നിറഞ്ഞ പുഞ്ചിരി മാത്രം.

ഏതാനും മിനിറ്റുകൾ നിശബ്ദത പരന്നു.

"നീ എന്റെ കൂടെ പുറത്ത് വരുമോ? ഓഫീസിൽ ലീവ് എടുക്കൂ" അയാൾ നിശബ്ദത ഭഞ്ജിച്ചു കൊണ്ട് പറഞ്ഞു.

"അയ്യോ..ഇല്ല... ഈ പ്രായത്തിൽ പിറന്നാൾ ആഘോഷിക്കുന്നത് വളരെ വിചിത്രമായി തോന്നുന്നു.. അത് വിവേകമാണെന്ന് എനിക്ക് തോന്നുന്നില്ല". അവൾ കാപ്പി കപ്പ്

അവന്റെ കയ്യിൽ കൊടുത്തിട്ട് പ്രഭാത ഭക്ഷണം കഴിക്കാൻ തുടങ്ങി.

"ഒരുപാട് നാളുകൾക്ക് ശേഷം ഞങ്ങൾ ഒരുമിച്ച് ആഘോഷിക്കുന്ന ആദ്യത്തെ ചടങ്ങാണിത്, ഞാൻ അതിനായി കാത്തിരിക്കുകയായിരുന്നു, ദയവായി എന്നെ നിരാശപ്പെടുത്തരുത്, എന്റെ ജന്മദിനം എപ്പോഴാണെന്ന് എനിക്കറിയില്ല, അതിനാൽ നമുക്ക് ഇത് ആസ്വദിക്കാം, പരിഗണിക്കാം", അവൻ യാചനയുടെ സ്വരത്തിൽ പറഞ്ഞു.

അവന്റെ മുഖത്തേക്ക് നോക്കി അവൾ കുറച്ചു നേരം ആലോചിച്ചു അവസാനം ശരി എന്ന് തലയാട്ടി.

ഓ..ദൈവമേ...അവൻ ആഗ്രഹിക്കുന്നതെന്തും സാധ്യമാക്കുന്ന ആളാണ്, അവൾ സ്വയം ചിന്തിച്ച് അവധി ചോദിക്കാൻ ഓഫീസിലേക്ക് വിളിച്ചു.

പ്രഭാതഭക്ഷണത്തിന് ശേഷം അയാൾ അവൾക്ക് ഒരു സാരി സമ്മാനിക്കുകയും അത് ധരിക്കാൻ നിർബന്ധിക്കുകയും ചെയ്തു. യഥാർത്ഥത്തിൽ ഇതൊരു പരമ്പരാഗത കാഞ്ചീവരം പട്ടുസാരിയാണ്, അരുണിന്റെ വിയോഗത്തിന് ശേഷം അനിത ഈ വസ്ത്രങ്ങളെല്ലാം ധരിക്കുന്നത് നിർത്തി. അവൾ തന്റെ സാരികൾ മുഴുവനും ആർക്കൊക്കെയോ കൈമാറി.

അനിത ഒന്നു മടിച്ചു, മനസ്സില്ലാമനസ്സോടെ സ്വീകരിച്ചു. തിളങ്ങുന്ന ഗോൾഡൻ ബോർഡറുള്ള ആകർഷകമായ മെറൂൺ നിറത്തിൽ, സാരി ഗംഭീരവും എന്നാൽ ലളിതവുമാണ്.

സാരി ഉടുത്ത് മുറിയിൽ നിന്ന് പുറത്തിറങ്ങിയപ്പോൾ, മേക്കപ്പ് പോലും ഇല്ലാതെ അവൾ സുന്ദരിയായി കാണപ്പെട്ടു.

"അപ്പോൾ... നമ്മൾ എങ്ങോട്ടാണ് പോകുന്നത്?! അവൾ അവനോട് ചോദിച്ചു.

"ആദ്യം അമ്പലത്തിലേക്ക്...." അവൻ അവളെ നോക്കി പുഞ്ചിരിച്ചു.

വിജയ് തന്റെ ഇരുചക്ര വാഹനം ക്ഷേത്രത്തിന് പുറത്ത് നിർത്തി. അവർ രണ്ടുപേരും അകത്തേക്ക് പ്രവേശിച്ചു, രാവിലെ 10 മണി ആയതിനാൽ ക്ഷേത്രം ശാന്തമാണ്, അവിടെയും ഇവിടെയും കുറച്ച് ഭക്തരെ മാത്രമേ കാണുന്നുള്ളൂ.

പുറത്തെ മുറ്റത്ത് ഒന്ന് ചുറ്റിക്കറങ്ങുമ്പോൾ, വിജയ് അൽപ്പം പരിഭ്രമിക്കുന്നത് അനിത ശ്രദ്ധിച്ചു. എന്തിന്? അവൾ ചിന്തിച്ചു, പക്ഷേ അവൾ ചോദിച്ചില്ല.

ക്ഷേത്രത്തിൽ സ്ത്രീകൾക്കും പുരുഷന്മാർക്കും വിഭജനം ഉണ്ടായിരുന്നതിനാൽ അവർ പരസ്പരം എതിർവശത്ത് അവളുടെ മുന്നിൽ നിൽക്കുന്നു. അവരല്ലാതെ മറ്റാരും ചുറ്റും ഉണ്ടായിരുന്നില്ല. പൂജാരി പുറത്തേക്ക് വന്ന്

അർച്ചനയ്ക്ക് അവരുടെ പേരുകൾ ചോദിച്ചു. അവൻ അനിത എന്നും അവൾ വിജയ് എന്നും പറഞ്ഞു.

അനിത അവന്റെ രണ്ടു കൈകളും ചേർത്തുപിടിച്ച് ദൈവത്തോട് പ്രാർത്ഥിക്കാൻ ആംഗ്യം കാണിച്ചു, അവൻ തലയാട്ടി അതുതന്നെ ചെയ്തു. ഒരു പുഞ്ചിരിയോടെ അവളും കൈകൾ ചേർത്തുപിടിച്ച് കണ്ണുകളടച്ച് സ്വയം പ്രാർത്ഥിക്കാൻ തുടങ്ങി, "അവൻ എപ്പോഴും സന്തോഷവാനായിരിക്കണം, ഭാവിയിൽ അവനു അനുയോജ്യമായ ഒരു പെൺകുട്ടിയെ അവന്റെ ജീവിതപങ്കാളിയായി ലഭിക്കണം, അവൻ സ്വീകരിക്കും. അവനെക്കുറിച്ചുള്ള എല്ലാ കാര്യങ്ങളും ശ്രദ്ധിക്കുകയും അവനിൽ ഒരുപാട് സ്നേഹം പകർന്നു അവനെ അങ്ങനെ തന്നെ സ്വീകരിക്കുകയും ചെയ്യുക...... അവൾ പ്രാർത്ഥിക്കുമ്പോൾ കഴുത്തിൽ എന്തോ ഇഴയുന്നതായി

അവൾക്ക് തോന്നി, അവൾ കണ്ണുകൾ തുറന്നു.

വിജയ് അവളുടെ മുന്നിൽ നിൽക്കുകയായിരുന്നു, പുഞ്ചിരിക്കുന്ന മുഖത്തോടെ അവളുടെ കഴുത്തിൽ താലികെട്ടിക്കൊണ്ട്, അവളുടെ കണ്ണുകൾ വിടർന്നു, അവൾ അവളുടെ നെഞ്ചിലേക്ക് നോക്കി. അത് മംഗള സൂത്രമായിരുന്നെന്ന് മനസ്സിലാക്കി. അവളുടെ ശ്വാസംനിലക്കുന്ന പോലെ തോന്നി, ഇമവെട്ടാതെ അവന്റെ കണ്ണുകളിലേക്ക് നോക്കി. അതേ സമയം, അവനും അവളെ നോക്കി, അവന്റെ മുഖത്ത് ആ മായാത്ത പുഞ്ചിരിയോടെ, അവൻ 3 വിശുദ്ധ കെട്ടുകൾ പൂർത്തിയാക്കി.

ഈ പരിപാടിയിലുടനീളം, പൂജാരി അവന്റെ അരികിൽ നിന്നുകൊണ്ട് "മംഗല്യം തന്തുനാനേ..." ചൊല്ലുകയും ഗായത്രിയും രാജേഷും അരികിൽ നിൽക്കുകയും പുഷ്പങ്ങൾ ചേർത്ത ആചാരപരമായ മഞ്ഞൾ-അരി എന്നിവ നൽകി അവരെ അനുഗ്രഹിക്കുകയും ചെയ്തു. ക്ഷേത്രത്തിനകത്ത് കണ്ട ചുരുക്കം ചില ഭക്തരും അവർക്കു ചുറ്റും തടിച്ചുകൂടി, അവർക്കു പുഷ്പങ്ങൾ നൽകി അനുഗ്രഹിച്ചു.

പൂജാരി ഇരുവർക്കും മാലകൾ നൽകി മാറ്റാൻ ആവശ്യപ്പെട്ടു. വിജയ് അത് അനായാസം ചെയ്തു, എന്നാൽ അനിത തന്റെ കൈകൾ ഒരിഞ്ച് പോലും അനക്കിയില്ല. ഗായത്രി അനിതയുടെ കൈകൾ പിടിച്ച് ഉയർത്താൻ സഹായിച്ചു, വിജയ് യുടെ കഴുത്തിൽ വെച്ചു.

വിജയുടെ മുഖത്ത് ഒരു പുഞ്ചിരി വിടർന്നു, അവൻ അൽപ്പം ആശ്വാസവും സംതൃപ്തിയും പ്രകടിപ്പിച്ചു. രാജേഷ് വിജയുടെ കൈകൾ കുലുക്കി അനിതയെ അഭിനന്ദിച്ചു. ചുറ്റും കൂടിയിരുന്ന ചെറിയ ജനക്കൂട്ടത്തിന് മധുരപലഹാരങ്ങൾ വിതരണം ചെയ്യാൻ തുടങ്ങി.

ഓരോരുത്തരായി വന്ന് വിജയിയെയും അനിതയെയും അഭിനന്ദിക്കാൻ തുടങ്ങി, അപ്പോഴും അവളുടെ മുഖം ശൂന്യമായിരുന്നു. ഗായത്രി അവളെ കെട്ടിപ്പിടിച്ചു, "എനിക്ക് നിന്നെയോർത്ത് വളരെ സന്തോഷമുണ്ട്, ഇത് വളരെ ബുദ്ധിമുട്ടാണെന്ന് ഞാൻ മനസ്സിലാക്കുന്നു, പക്ഷേ നിങ്ങളുടെ ജീവിതം ഇതാണ് ഉദ്ദേശിക്കുന്നത്, ദയവായി ഇത് സ്വീകരിക്കുക, അവൻ വളരെ നല്ല മനുഷ്യനാണ്, നിന്നെ സംരക്ഷിക്കും. മറ്റൊന്നും വിചാരിക്കരുത്, സന്തോഷമായി ജീവിക്കൂ," അവൾ കണ്ണീർ നിറഞ്ഞ കണ്ണുകളോടെ പറഞ്ഞു.

വിജയ് അപ്പോഴും അനിതയെ നോക്കുന്നുണ്ടായിരുന്നു, അവളുടെ വേവലാതി നിറഞ്ഞ മുഖം അവനെ വല്ലാതെ അലട്ടിയെങ്കിലും അവൻ തന്റെ വികാരങ്ങൾ മറച്ച് അവന്റെ മുഖത്ത് ഒരു പുഞ്ചിരി വിടർത്തി. അവിടെ ക്ഷേത്രത്തിൽ സൂക്ഷിച്ചിരിക്കുന്ന വിവാഹ രജിസ്റ്റർ പൂജാരി കൊണ്ടുവന്നു, വിജയ് ആദ്യം ഒപ്പിട്ടു, ശേഷം റോബോട്ടിനെപ്പോലെ ഒപ്പിട്ട അനിത, ഇതുവരെ അവളുടെ ഞെട്ടലിൽ നിന്ന് പുറത്തുവന്നിട്ടില്ല.

കിടപ്പുമുറിയിലെ ജനാലയിലെ ഇരുട്ടിലൂടെ അനിത നോക്കുകയായിരുന്നു. ഒന്നും ആലോചിക്കാനാവാതെ അവൾ ശൂന്യയായിരുന്നു. വിജയ് വാതിലിൽ മൃദുവായി മുട്ടുന്നത് അവളെ ഞെട്ടിച്ചു, വിജയ് മുറിയിലേക്ക് പ്രവേശിക്കുമ്പോൾ അവൾ അമ്പരപ്പോടെ നോക്കുകയായിരുന്നു.

വിജയ് പതുക്കെയും സ്ഥിരതയോടെയും അവളുടെ അടുത്തേക്ക് വന്നു, അവളുടെ മാനസികാവസ്ഥ വിലയിരുത്തുന്നതു പോലെ അവന്റെ നോട്ടം അവളിലൂടെ തുളച്ചു കയറുകയായിരുന്നു.

അനിത ഒരു ദീർഘനിശ്വാസമെടുത്തു, അവന്റെ കണ്ണുകൾ സൂചി പോലെ തുളച്ചപ്പോൾ, അവൾ തന്റെ നോട്ടം താഴ്ത്തി...

"പേടിക്കണ്ട, നിന്റെ അനുവാദമില്ലാതെ ഞാൻ ഒരിക്കലും ഒരു ഭർത്താവ് എന്ന നിലയിലുള്ള എന്റെ അവകാശത്തിന് ഒരു അവസരവും എടുക്കില്ല... ഈ വിവാഹം നേരത്തെയാക്കാൻ ഞാൻ ആഗ്രഹിച്ചു, കാരണം ഇനി മുതൽ നമ്മൾ ഓരോരുത്തരും സ്വയം ജീവിക്കും. അത് ഏത് തരത്തിലുള്ള ബന്ധവും ആകാം.... സൗഹൃദമോ അതിനപ്പുറമോ....പക്ഷെ ആർക്കും നമ്മളെ ചോദ്യം ചെയ്യാൻ പറ്റില്ല...വിശ്രമിക്കാൻ നോക്ക്..." അവളെ നോക്കാതെ, അവൻ തിരിഞ്ഞു മുറി വിട്ടു.

മറ്റൊരു മുറിയിൽ തന്റെ കട്ടിലിൽ ഒരു കൈ തലയ്ക്ക് താഴെയും മറുകൈ വളച്ച് നെഞ്ചിൽ വച്ചും, അവന്റെ കണ്ണുകൾ സീലിംഗിൽ പതിഞ്ഞു...

"എന്തിനാ ഞാൻ അവളോട് ഇത്ര പരുഷമായി പെരുമാറിയത്? !അവൾ അഗാധമായ വേദനയിലാണ്, ആശ്വസിപ്പിക്കുന്നതിനു പകരം, ഞാൻ അവളെ ഭയപ്പെടുത്തുകയാണ്, എന്താണിത്ര!!..

സത്യത്തിൽ എനിക്ക് മാപ്പ് ചോദിക്കണമെന്നുണ്ടായിരുന്നു, പക്ഷേ ആ നിഴലിൽ ഒരു ദുഃഖചിത്രം പോലെ നിൽക്കുന്ന അവളെ കണ്ട നിമിഷം, അവളെ മുറുകെ കെട്ടിപ്പിടിക്കാനും ശാന്തമാക്കാനും ആശ്വസിപ്പിക്കാനും ഞാൻ ആഗ്രഹിച്ചു, എന്തായാലും നിനക്കായി ഞാൻ ഇവിടെയുണ്ട്. അതെനിക്ക് വിട്ടൂ, നിന്റെ കാര്യങ്ങളെല്ലാം ഞാൻ നോക്കിക്കൊള്ളാം...", പക്ഷേ ഞങ്ങൾക്കിടയിൽ ഒരു വരയില്ലാത്ത വരയുണ്ട്... അത് മറികടക്കാൻ കഴിയാതെ ഞാൻ നിരാശനായി, അത് പെട്ടെന്ന് ദേഷ്യമായി മാറി ... എനിക്ക് എന്നെത്തന്നെ തല്ലാൻ തോന്നി.."

"എല്ലാം നിനക്ക് വേണ്ടി മാത്രം ആണ്.എനിക്കറിയാം ഞാൻ നേരത്തെ നിന്നോട് പ്രണയാഭ്യർത്ഥന നടത്തിയെങ്കിൽ നീ ഒരിക്കലും അംഗീകരിക്കില്ലായിരുന്നു...നീയാണ് എന്റെ വിധി.. ഇനി മുതൽ നിന്റെ മുഖത്ത് സന്തോഷം മാത്രം കാണണം..അതിനായി എന്റെ പരമാവധി ഞാൻ ചെയ്യും. ...

"അവൻ സ്വയം പ്രതിജ്ഞയെടുത്തു.

അവളുടെ പുഞ്ചിരിക്കുന്ന സുന്ദരമായ മുഖം അവന്റെ മനസ്സിലേക്ക് കൊണ്ടുവന്നു, എല്ലാത്തിനുമുപരി, ഇത് അവരുടെ വിവാഹ രാത്രിയാണ്, അവന്റെ ചുണ്ടിൽ മനോഹരമായ പുഞ്ചിരിയോടെ അവൻ ഉറക്കത്തിലേക്ക് വഴുതിവീണു.

പിറ്റേന്ന് രാവിലെ, വിജയ് അനിതയ്ക്കൊപ്പം ഒരു ക്യാബ് ബുക്ക് ചെയ്തു, അനിതയെ അവളുടെ അപ്പാർട്ട്മെന്റിലേക്ക് ഇറക്കി.

"എത്ര നാൾ വേണമെങ്കിലും മനസ്സ് മാറുന്നത് വരെ നിനക്ക് ഇവിടെ ഫ്രീയും കംഫർട്ടബിളുമായി ഇരിക്കാം... അതുവരെ ഞാൻ പതിവുപോലെ ഇങ്ങോട്ട് വരാം..." അവൻ അവളോട് പറഞ്ഞു പോകാൻ തിരിഞ്ഞു.

" അവസാനം വരെ ഞാൻ ഇല്ലെങ്കിൽ എന്ത് ചെയ്യും.. " അനിത തല താഴ്ത്തി സ്വയം പിറുപിറുത്തു.

"അതുണ്ടാകില്ല.."

"അതെങ്ങനെയാണ് നിങ്ങൾക്ക് ഉറപ്പ്?!" അവൾ ചോദിച്ചു

"നിന്റെ ആക്രമണത്തിന്റെ അടുത്ത ദിവസം, നിങ്ങൾ എന്നെ കാത്തിരിക്കുകയായിരുന്നു, ഞാൻ വരുമോ ഇല്ലയോ എന്ന് പോലും ഉറപ്പില്ലായിരുന്നു.. എനിക്കും ഇവിടെ വരണോ വേണ്ടയോ എന്ന അതേ ആശയക്കുഴപ്പം ഉണ്ടായിരുന്നു, പക്ഷേ ഒടുവിൽ ഞാൻ വന്നു.. ഈ വർഷങ്ങളിൽ നീ ഒറ്റയ്ക്ക് അനുഭവിച്ച പിരിമുറുക്കത്തിൽ നിന്ന് നീ മോചനം നേടി... അത് എത്രമാത്രം ബുദ്ധിമുട്ടായിരിക്കുമെന്ന് എനിക്കറിയാം."

ഒരു ഗ്യാപ്പോടെ അവൻ കൂട്ടിച്ചേർത്തു, "അതിന് സമയമെടുക്കും.. പക്ഷേ അത് സംഭവിക്കും.. ഞാൻ കാത്തിരിക്കുകയാണ്..." അനിതയെ അവിടെയാക്കി അവൻ സ്ഥലം വിട്ടു.

സുഹൃത്തുക്കളോടും അയൽക്കാരോടും അവരുടെ വിവാഹം അറിയിക്കാൻ വിജയ് ഒരാഴ്ചയ്ക്ക് ശേഷം ഒരു റിസപ്ഷൻ സംഘടിപ്പിച്ചു. വിജയ്ക്കും അനിതയ്ക്കും കുടുംബബന്ധങ്ങൾ ഇല്ലാതിരുന്നതിനാൽ ചടങ്ങ് അനിതയുടെ ഓഫീസ് സുഹൃത്തുക്കൾക്കും അയൽക്കാർക്കും വിജയ് യുടെ ഓഫീസ് സുഹൃത്തുക്കൾക്കും ബിസിനസ്സ് ബന്ധമുള്ളവർക്കും അയൽക്കാർക്കും ഒപ്പം മാത്രമാണ്.

അവരുടെ വിവാഹത്തിന് മുമ്പ് തന്നെ അവൻ അവൻ ഒരു ചെറിയ പാർട്ടി ഹാൾ ബുക്ക് ചെയ്തിരുന്നു. അത് അവന്റെ പ്ലാനിന്റെ ഭാഗമാണ്, കാരണം പാർട്ടി ഹാളുകൾ ബുക്കുചെയ്യുന്നത് ഇപ്പോൾ എളുപ്പമല്ല, കാരണം അത് ലഭിക്കാൻ വളരെക്കാലം കാത്തിരിക്കണം. പതിവുപോലെ ഗായത്രി ഇതിനെ അഭിനന്ദിച്ചു, "നന്നായി ആസൂത്രണം ചെയ്തു"

ഗായത്രി വാഷ്റൂമിൽ പോയപ്പോൾ വധുവിന്റെ മുറിയിൽ അനിത തനിച്ചായിരുന്നു. ഡ്രസ്സിങ് ടേബിളിൽ ചാരി പതിവുപോലെ അവൾ ചിന്തകളിൽ മുഴുകി.

അതിഥികൾ എത്തിത്തുടങ്ങിയതിനാൽ ചടങ്ങ് ആരംഭിക്കാൻ വിജയ് അവളെ വിളിക്കാൻ വന്നപ്പോൾ, അവൻ സ്തംഭിച്ചുപോയി, അവന്റെ മുമ്പിൽ ഒരു അപ്സരസ് നിൽക്കുന്നു, കാരണം ഇപ്പോൾ സ്വർഗ്ഗത്തിലെ ഇന്ദ്രന്റെ രാജ്യത്തിൽ നിന്ന് നേരിട്ട് വന്നതുപോലെ. അവൻ ഒരു പ്രതിമ പോലെ നിന്നു.

അവന്റെ കണ്ണുകളിലെ ഭാവത്തിൽ അനിതയുടെ തല താനേ താഴ്ന്നു, ഗായത്രി വാഷ്റൂമിൽ നിന്ന് പുറത്തിറങ്ങി ആ കാഴ്ച കണ്ട് ചിരിച്ചുകൊണ്ട് അവരെ കളിയാക്കി, "ദയവായി നിങ്ങൾ രണ്ടുപേരും ഭൂമിയിലേക്ക് ഇറങ്ങിവരൂ, ഇവിടെയും

ഒരു ലോകമുണ്ട്".

വിജയ് മനോഹരമായ ഒരു പുഞ്ചിരിയോടെ അനിതയുടെ അടുത്ത് വന്ന് അവൾക്കായി കൈ നീട്ടി. ഗായത്രി അനിതയുടെ കൈ അവന്റെ മേൽ വച്ചു, സ്പർശനത്തിന്റെ നിമിഷം തന്നെ അനിതയെ ഞെട്ടിച്ചു, അത് അവളുടെ സൂക്ഷ്മതയുള്ള ഭർത്താവിന് നന്നായി അനുഭവപ്പെട്ടു. അവളെ ആശ്വസിപ്പിക്കാൻ എന്ന മട്ടിൽ അവൻ അവളുടെ കൈ മുറുകെ പിടിച്ചു, അതുപോലെ തന്നെ അവളെ വേദനിപ്പിക്കാതിരിക്കാൻ ശ്രദ്ധിച്ചു. ഈ ആരാധ്യയായ സ്ത്രീ എന്റെ ജീവിത പങ്കാളിയാണ് എന്ന് ലോകത്തെ അറിയിക്കാൻ അവൻ അഭിമാനത്തോടെ വേദിയിലേക്ക് പോയി.

അനിതയെ നോക്കി ആൾക്കൂട്ടം പറഞ്ഞു "ഇത്രയും വർഷമായി ഈ പെൺകുട്ടി തന്റെ സൗന്ദര്യം എവിടെയാണ് മറച്ചത്?!"

അവരുടെ വിവാഹത്തെക്കുറിച്ച് അവിടെയും ഇവിടെയും മുറുമുറുപ്പുകളുണ്ടായിരുന്നു. ഒടുവിൽ എല്ലാം ഭംഗിയായി കലാശിച്ചു.

അവർ വീട്ടിലെത്തിയ ശേഷം ലക്ഷ്മി അമ്മ കുറച്ച് ഉണക്കമുളകും കല്ലുപ്പും കയ്യിൽ എടുത്ത് വധൂവരന്മാരുടെ തലയിൽ 3 പ്രാവശ്യം ഉഴിഞ്ഞു കത്തുന്ന തീജ്വാലയിൽ ഇട്ടു, കാരണം ആളുകളുടെ ദുഷിച്ച കണ്ണുകളെ അകറ്റുന്നത് നമ്മുടെ സംസ്കാരത്തിന്റെ ശീലമാണ്.

സമയം 11 കഴിഞ്ഞു, എല്ലാവരും വളരെ ക്ഷീണത്തോടെ ഉറങ്ങാൻ പോയി. അനിത തന്റെ മുറിയിലെ ഡ്രെസ്സിംഗ് ടേബിളിനു മുന്നിൽ നിന്നുകൊണ്ട് മേക്കപ്പ് അഴിച്ചുവെക്കുകയായിരുന്നു, വിജയ് അവളുടെ അരികിൽ വന്നു നിന്നു. അവൻ അവളുടെ കണ്ണാടി പ്രതിബിംബത്തിൽ നോക്കി.

"നിങ്ങൾ സുന്ദരിയായി കാണപ്പെടുന്നു" എന്ന് തന്റെ ആഴമുള്ള ശബ്ദത്തിൽ പറഞ്ഞു, അവളുടെ ഉള്ളിൽ എന്തോ ഉരുളുന്നത് പോലെ തോന്നി. അവൻ ഒരു ചെറിയ ആഭരണപ്പെട്ടി മേശപ്പുറത്ത് വെച്ചു പറഞ്ഞു, "ഇത് നിനക്കുള്ളതാണ്, ഇത് എന്റെ ബിസിനസ്സിലെ എന്റെ ആദ്യത്തെ ലാഭത്തിൽ നിന്നുള്ളതാണ്, ഇത് നീയുമായി പങ്കിടാൻ ആഗ്രഹിച്ചതാണ്". കുറച്ച് നിമിഷങ്ങൾ കൂടി അയാൾ ഭാര്യയുടെ സൗന്ദര്യത്തെ അഭിനന്ദിച്ചു.

അവരുടെ ജീവിതത്തിൽ വലിയ വ്യത്യാസമില്ലാതെ ദിവസങ്ങൾ കടന്നു പോയിക്കൊണ്ടിരുന്നു. അവരുടെ വിവാഹത്തിന് മുമ്പുള്ളതുപോലെ തന്നെയാണ് ഇപ്പോൾ നടക്കുന്നത്.

ഒരു സുപ്രഭാതം, സൂര്യൻ ഇതുവരെ വന്നിട്ടില്ല, ശീതകാലം തുടങ്ങിയപ്പോൾ അന്തരീക്ഷത്തിൽ കോടമഞ്ഞു നിറഞ്ഞിരുന്നു, അനിത തയ്യാറായി അടുക്കളയിൽ അടുത്ത ദിവസത്തേക്കുള്ള ബ്രേക്ക് ഫാസ്റ്റും ഉച്ചഭക്ഷണവും തയ്യാറാക്കുന്ന തിരക്കിലായിരുന്നു. വിജയ് ഇപ്പോൾ കുളികഴിഞ്ഞ് കുളിമുറിയിൽ നിന്ന് ഇറങ്ങി, ഒരു കൈയിൽ ടവ്വൽ കൊണ്ട് മുടി ഉണക്കി, കാപ്പി കപ്പിനായി അടുക്കളയിലേക്ക് കയറി.

അടുക്കളയിലെ തറയിൽ ഒരു ചെറിയ വെള്ളക്കെട്ട് ഉണ്ടായിരുന്നു, അനിത അത് ശ്രദ്ധിച്ചില്ല, അവൾ അതിലേക്ക് കാൽ വെച്ചു, പുറത്തേക്ക് തെന്നി, അവളുടെ നിയന്ത്രണം നഷ്ടപ്പെട്ട് വീഴാൻ തുടങ്ങി. വിജയ് വേഗത്തിൽ അവളുടെ അരയിൽ ചുറ്റിപ്പിടിച്ച് അവളെ താഴെ വീഴാതെ തടഞ്ഞു.

രണ്ടുപേരും പരസ്പരം അഭിമുഖീകരിക്കുന്നത് വളരെ അടുത്താണ്, അവരുടെ ശ്വാസം പരസ്പരം കൂട്ടിയിടിച്ചു. അനിതയുടെ ഇരുണ്ട മുന്തിരിപ്പഴം പോലെയുള്ള രണ്ട് കണ്ണുകളും, ചിത്രശലഭങ്ങളെ പോലെ ആടിയുലയുന്ന

കൺപോളകളും, വെണ്ണ മൂക്കും, മാമ്പഴത്തിന്റെ കഷ്ണം പോലെയുള്ള കവിളുകളും, നനഞ്ഞു വിറയ്ക്കുന്ന ചുണ്ടുകളും കൊണ്ട്, വിജയ് തന്നെ നിയന്ത്രിക്കാനാവാതെ അവളെ അടുപ്പിച്ചു. തൽക്ഷണം അവന്റെ ചൂടുള്ള ഈർപ്പമുള്ള ചുണ്ടുകൾ അവളുടെ ചുണ്ടിൽ വച്ചു. വർഷങ്ങളോളം കൊതിച്ച ആ ചുംബനത്തിൽ അവൻ മെല്ലെ അലിഞ്ഞു ചേരുകയായിരുന്നു.

അനിത പൂർണ്ണ ശക്തിയോടെ അവനെ തള്ളി മാറ്റി. ഈ അപ്രതീക്ഷിത ശക്തിയിൽ, നിയന്ത്രണവും സമനിലയും നഷ്ടപ്പെട്ട വിജയ് തറയിൽ വീണു.

വിജയ് തറയിൽ ഇരുന്നു, ഒന്നും കാണാൻ കഴിയുന്നില്ല, ചുറ്റും ഇരുട്ട്, പതിയെ ഉറക്കത്തിൽ നിന്ന് പുറത്തുവന്ന്, അതൊരു സ്വപ്നമാണെന്ന് തിരിച്ചറിഞ്ഞു.

ജീവിതം സാധാരണ പോലെ പോകുന്നു. അനിത ഓഫീസിൽ പോകുന്നു, വിജയ് അവന്റെ ബിസിനസ്സ് നോക്കുന്നു. അന്ന് വൈകുന്നേരം മഴ പെയ്യാൻ തുടങ്ങി, ആദ്യം ഒരു ചാറ്റൽ മഴ വീണ്ടും ശക്തമായ മഴയിലേക്ക് നീങ്ങി.

പെട്ടെന്ന് വൈദ്യുതി നിലച്ചു, അനിത മെഴുകുതിരി തിരയാൻ തുടങ്ങി, വിജയ് അവളെ സഹായിക്കാൻ തന്റെ മൊബൈൽ ടോർച്ച് ഓണാക്കി. ആകാശത്ത് നിന്ന് തലയിൽ നേരിട്ട് പതിക്കുന്ന ശക്തമായ ഇടിമുഴക്കത്തെ തുടർന്ന് ഒരു മിന്നൽ ഉണ്ടായി. ഇടിമിന്നലിലെ ഉച്ചത്തിലുള്ള ശബ്ദം കേട്ട് പരിഭ്രാന്തരാകുമ്പോൾ നായിക നായകനെ കെട്ടിപ്പിടിക്കുന്ന ഒരു സിനിമാ രംഗം വിജയ് ചിന്തിച്ചു, അപ്പോൾ ഡ്യൂയറ്റ് ഗാനം ആരംഭിക്കും. വിജയ് അനിതയെ ഒന്നു നോക്കി, അവൾ

ആത്മാർത്ഥമായി മെഴുകുതിരി തിരയുകയായിരുന്നു.

" ചില പെൺകുട്ടികളെ പോലെ നിനക്ക് പാറ്റയെയും പല്ലിയെയും പേടിയുണ്ടോ?! അവൻ ചോദിച്ചു.

"ഇല്ല.. എന്തിനാ ഇങ്ങനെ ചോദിക്കുന്നത്?!" അവൾ ഒരു മെഴുകുതിരി കണ്ടെത്തി കത്തിച്ചു.

മെഴുകുതിരിയുടെ ആ ഓറഞ്ച് ജ്വാലയിൽ തിളങ്ങുന്ന അവളുടെ മുഖം. ആ കർപ്പൂര ജ്വാലയിൽ അവളുടെ സുന്ദരമായ മുഖം ആദ്യമായി കണ്ടതും അവളുടെ സൗന്ദര്യത്തിൽ താൻ മയങ്ങിപ്പോയതും വിജയ് ഓർത്തു. 2 ദിവസം ഒരു ട്രാൻസ് സ്റ്റേറ്റിൽ ആയിരുന്നു, അത് തെറ്റാണെന്ന് അയാൾ മനസ്സിലാക്കി, അതിനെക്കുറിച്ചുള്ള ചിന്തകളെല്ലാം തുടച്ചുനീക്കി. അവൻ ഒരിക്കൽ കൂടി നെടുവീർപ്പിട്ടു. ഇപ്പോൾ ജീവിതം എങ്ങനെ മാറിയിരിക്കുന്നു എന്ന് ചിന്തിച്ചപ്പോൾ പെട്ടെന്ന് ശക്തി വന്നു.

അവർ അത്താഴം കഴിച്ചു, അടുക്കളയിലെ ചില ജോലികൾ പൂർത്തിയാക്കി, അനിത അവളുടെ കിടപ്പുമുറിയിലേക്ക് പോയി. സോഫയിൽ കിടന്നുറങ്ങുന്ന വിജയിയെ നോക്കി അവൾ ഉറക്കം തൂങ്ങി കിടന്നു.

"അവൻ ഒരുപാട് കഷ്ടപ്പെട്ടു, എല്ലാം നീ കാരണം" അവളുടെ മനസ്സ് അവൾക്ക് നേരെ തോക്ക് ചൂണ്ടി. "നീ വന്ന് എന്റെ കൂടെ കട്ടിലിൽ കിടന്നുറങ്ങു" ആ വാക്കുകൾ ഒന്നും ആലോചിക്കാതെ അവളുടെ വായിൽ നിന്നും പുറത്ത് വന്നു.

വിജയ് ചാടിയെഴുന്നേറ്റു, ഞെട്ടലോടെ സോഫയിൽ ഇരുന്നു, "അതെന്താ..?!!".

നീ വന്ന് ഉറങ്ങിക്കോളൂ.... ആ വാക്കുകൾക്ക് വേറെ അർത്ഥം കൂടി ഉണ്ടെന്ന് മനസ്സിലായി അവൾ പുറകോട്ട് പോയി.

'ഇങ്ങനെയൊരു മണ്ടത്തരം' അവൾ ചിന്തിച്ച് ചുണ്ടുകൾ കടിച്ചു. അവളുടെ മുഖം വിളറി, അവൾ വിറയ്ക്കാൻ തുടങ്ങി, പിന്തുണയ്ക്കായി സോഫയിൽ മുറുകെ പിടിച്ചു.

വിജയ് അവളുടെ പ്രതികരണം ശാന്തമായി നോക്കിക്കൊണ്ടിരുന്നു, അയാൾക്ക് അവളെ അറിയാം, എന്തു കൊണ്ടാണ് അവൾ അങ്ങനെ പറഞ്ഞത് എന്ന് അയാൾക്ക് മനസ്സിലായി, ഒരു ഇടവേളയ്ക്ക് ശേഷം അവൻ പറഞ്ഞു, "എനിക്ക് വെറുതെ നിന്റെ കട്ടിലിൽ ഒരിടം വേണ്ട....എനിക്ക് ആദ്യം നിന്റെ ഹൃദയത്തിൽ ഒരിടം വേണം" അയാൾ അത് നിശബ്ദമായി പറഞ്ഞുകൊണ്ട് നെറ്റിയിൽ കൈവെച്ച് കമിഴ്ന്ന് കിടന്ന് കണ്ണുകളടച്ചു.

സമയം പുലർച്ചെ 5 മണി, വിജയ് യും അനിതയും ഗായത്രിയുടെ കുട്ടി മിന്റുവിന്റെ ചെവി കുത്തൽ ചടങ്ങിനായി തയ്യാറെടുക്കുകയായിരുന്നു. മേശപ്പുറത്ത് ഒരു പുതിയ ഷർട്ടും ധോത്തിയും കണ്ടപ്പോൾ വിജയ് അമ്പരന്നു, ഇത് അനിതയുടെ സമ്മാനമാണെന്ന് അയാൾ കരുതി. അവരുടെ വർണ്ണാഭമായ ഭാവിക്ക് അവളുടെ ഭാഗത്തു നിന്നുള്ള ഒരു നല്ല സൂചനയായതിനാൽ അവൻ ആവേശഭരിതനായി.

എല്ലായ്പ്പോഴും പുരുഷന്മാർ വൈകി എഴുന്നേൽക്കുകയും ഫംഗ്ഷനുകൾക്ക് വേഗത്തിൽ തയ്യാറാകുകയും ചെയ്യുന്നു, അതേസമയം സ്ത്രീകൾക്ക് ഇത് തിരിച്ചും, അവർ നേരത്തെ എഴുന്നേറ്റ് ഒരുങ്ങാൻ സമയമെടുക്കുന്നു.

"വാ അനിതേ...രാജേഷ് എന്നെ രണ്ടുതവണ വിളിച്ചിരുന്നു" അവൻ രണ്ടാമതും അവളെ വിളിച്ചു, അപ്പോഴും പ്രതികരണമൊന്നും ലഭിച്ചില്ല.

അവൻ മുറിയിൽ കയറി അവളുടെ അടുത്തേക്ക് ചെന്നു. കൈവെള്ളയിൽ പിടിച്ച ചെറിയ പെട്ടിയിലേക്ക് നോക്കി അനിത അവിടെ നിൽക്കുകയായിരുന്നു. അതൊരു കുങ്കുമപ്പെട്ടി ആയിരുന്നു.

നമ്മുടെ നാട്ടിൽ, നെറ്റിയിൽ കുങ്കുമം പുരട്ടുന്നത് അവരുടെ ഭർത്താക്കന്മാരുടെ ദീർഘായുസ്സുമായി ബന്ധപ്പെട്ടിരിക്കുന്നു എന്ന വിശ്വാസമാണ്, അത് ഒഴിവാക്കിയത് അവൾക്ക് വളരെ തെറ്റായി തോന്നി. എന്ത് ചെയ്യണം എന്നറിയാതെ അവൾ അതിലേക്ക് തന്നെ നോക്കി നിന്നു. വിജയ് അതിൽ നിന്ന് ഒരു നുള്ള് വലതു കൈയ്യിൽ എടുത്ത് അവളുടെ നെറ്റിയിൽ ചാർത്തി.

അവൾ ഞെട്ടി അവന്റെ മുഖത്തേക്ക് നോക്കി. അതേ സമയം അവൻ അവളുടെ കണ്ണുകളിലൂടെ കണ്ണിമ ചിമ്മാതെ നോക്കിക്കൊണ്ടിരുന്നു. അവന്റെ കണ്ണുകളിലെ നോട്ടം കണ്ട് അനിത ഒന്നും മിണ്ടിയില്ല. അവളുടെ കണ്ണുകൾ താനേ താഴ്ന്നു, ഉള്ളിൽ എന്തോ തോന്നി, 'അതെന്താ?'....

ഇപ്പോൾ പൂത്തുലഞ്ഞ പൂർണ്ണചന്ദ്രൻ പോലെയുള്ള അവളുടെ മുഖത്തേക്ക് നോക്കിക്കൊണ്ട്, അവൻ അവളുടെ കൈയിൽ മുറുകെ പിടിക്കാൻ തുടങ്ങി...

ആ മൃദുലമായ ചെറിയ സ്പർശം അവളെ ഞെട്ടിച്ചു, ഉടൻ തന്നെ അവളുടെ ട്രാൻസ് അവസ്ഥയിൽ നിന്ന് അവളെ തിരികെ കൊണ്ടുവന്നു. അവൾ വിറയ്ക്കാൻ തുടങ്ങി, അവളുടെ മുഖം വിളറി, അത് യാന്ത്രികമായി അവളെ ഒരു പടി പിന്നോട്ട് ചലിപ്പിച്ചു ...

അവൻ അത് നന്നായി മനസ്സിലാക്കി, അവളുടെ കൈ വിട്ടു, ഉടൻ തന്നെ മുറി വിടുകയും ചെയ്തു.

കാർ അമിത വേഗത്തിലായിരുന്നു, ട്രാഫിക് പോലീസിന്റെ പിടിയിലാകാനും റോഡിലെ ഓരോ വാഹനത്തെയും മറികടക്കാനും ഇത് ധാരാളമാണ്. ആ വേഗതയിൽ അനിത പരിഭ്രാന്തയായി, ഭാവഭേദങ്ങളില്ലാതെ ശൂന്യമായി കാണപ്പെടുന്ന വിജയ് യുടെ മുഖം അവൾ കണ്ടു. അവൾ ഉമിനീർ വിഴുങ്ങി നിശബ്ദത പാലിച്ചു. പ്രതീക്ഷിച്ച

സമയത്തിന് മുമ്പേ അവർ ക്ഷേത്രത്തിലെത്തി.

ക്ഷേത്രത്തിൽ തിരക്കായിരുന്നു, ആളുകളെക്കൊണ്ട് നിറഞ്ഞു, അവിടെയും ഇവിടെയും ചെറിയ ഗ്രൂപ്പുകളായി, വിവിധ ചടങ്ങുകൾക്കായി. .

ഗായത്രി, രാജേഷ് എന്നിവർ അനിതയ്ക്കും വിജയിക്കും ആശംസകൾ നേർന്നു. "ഞങ്ങൾ വൈകിയോ?" വിജയ് രാജേഷിനോട് ചോദിച്ചു, "ഇല്ല... ഇല്ല... നിങ്ങൾ കൃത്യസമയത്താണ്, ചടങ്ങ് 6.30 നേ ആരംഭിക്കൂ", രാജേഷ് മറുപടി പറഞ്ഞു, അവർ ഇരുവരും പരസ്പരം സംസാരിച്ചുകൊണ്ട് പുരുഷന്മാരുടെ അടുത്തേക്ക് പോയി.

ഗായത്രി അനിതയെ തന്നോടൊപ്പം കൂട്ടി, അവൾ അനിതയുടെ മുടിയിൽ ഒരു വലിയ മുല്ലപ്പൂമാല ഇട്ടു.

ചടങ്ങ് ആരംഭിക്കാൻ പോകുമ്പോൾ, എല്ലാ ആളുകളും പായയ്ക്ക് ചുറ്റും കൂടി, പൂജാരി വന്ന് പായയുടെ നടുവിൽ ഇരുന്നു, കുട്ടിയെ ആരോ കൊണ്ടു വന്നു, തുടർന്ന് ഗായത്രി വിജയിയോട് വന്ന് പൂജാരിയുടെ എതിർവശത്ത് ഇരിക്കാൻ പറഞ്ഞു.

'എന്തിനാണ് അങ്ങനെ പറഞ്ഞത്' എന്ന് ചിന്തിച്ച് വിജയ് അമ്പരപ്പോടെ നോക്കി, അനിതയും അവനോട് പോയി ഇരിക്കാൻ ആംഗ്യം കാണിച്ചു. ഇപ്പോൾ എല്ലാവരും അവനെ തന്നെ നോക്കുന്നുണ്ടായിരുന്നു, രാജേഷും പറഞ്ഞു, "വരൂ ബ്രോ..", അതിനു ശേഷം വിജയ് മടിച്ചു മടിച്ചു അവിടെ പോയി ഇരുന്നു.

കുട്ടിയെ ഗായത്രി മടിയിലിരുത്തി, പൂജാരി വിജയ് യുടെ കഴുത്തിൽ പൂമാല അണിയിച്ചു, അതുപോലെ തന്നെ കുട്ടിയുടെ കഴുത്തിൽ ഒരു പൂമാല അണിയിച്ച് ചടങ്ങുകൾ ആരംഭിച്ചു, 'എന്താണ് സംഭവിക്കുന്നത് എന്നതിൽ വിജയ് ആകെ ഞെട്ടലിൽ ആയിരുന്നു.... അവൻ ശ്വാസം മുട്ടി.... അനിത അവന്റെ പ്രതികരണം കണ്ടു കൊണ്ടിരുന്നു,

അവളുടെ കണ്ണുകൾ സന്തോഷം കൊണ്ട് നിറഞ്ഞു... ചെവി തുളച്ചപ്പോൾ, കുട്ടി കരയാൻ തുടങ്ങി, അപ്പോൾ വിജയ്ക്ക് ബോധം തിരിച്ചുകിട്ടി, അവൻ കുട്ടിയെ ആശ്വസിപ്പിക്കാൻ തുടങ്ങി.

പൂജാരി തന്റെ ജോലി പൂർത്തിയാക്കിയപ്പോൾ, അനിത സ്വർണ്ണ ചെയിൻ വിജയ്ക്ക് നൽകി, അയാൾ ചെയിൻ കുട്ടിയുടെ കഴുത്തിൽ ഇട്ടു. "ഏയ്, എന്താ ഇത്?!", ഗായത്രി ചോദിച്ചു.

ഇരുവരും ചേർന്ന് ആസൂത്രണം ചെയ്ത് നടപ്പിലാക്കിയതാണ് നാടകമെന്ന് വിജയ് മനസ്സിലാക്കി. ഈ ചടങ്ങ് തമിഴ് സംസ്കാരത്തിലെ ഏറ്റവും പ്രധാനപ്പെട്ട ആചാരമാണെന്ന് അദ്ദേഹത്തിന് അറിയാമായിരുന്നു. കുഞ്ഞുങ്ങളെ അവരുടെ അമ്മാവന്റെ മടിയിൽ ഇരുത്തണം. അതൊരു പ്രത്യേക പദവിയാണ്, അത് പോലെ തന്നെ മറ്റുള്ളവരെ ബഹുമാനിക്കാൻ അവർ അനുവദിക്കില്ല, അതും അവനെപ്പോലെ അജ്ഞാത വേരുകളുള്ള ഒരു വ്യക്തി, കാരണം ബന്ധുക്കൾക്കിടയിലെ അയഞ്ഞ സംസാരങ്ങളും ജാതി പ്രശ്നങ്ങളും കാരണം.

ഗായത്രിക്ക് ഒരു കുട്ടിയാണെങ്കിലും സഹോദരങ്ങൾ ഇല്ലെങ്കിലും, അവളുടെ കസിൻസിനെ ബഹുമാനിക്കാൻ അവൾക്ക് അനുവദിക്കാം. പക്ഷേ, ഏത് പ്രശ്നത്തെയും നേരിടാൻ ധൈര്യമുള്ള വിജയിയെ അവൾ ഇഷ്ടപ്പെട്ടു. ദൈവാനുഗ്രഹത്താൽ അങ്ങനെയൊന്നും സംഭവിച്ചില്ല, ഫങ്ഷൻ നന്നായി പോയി, അനിതയ്ക്ക് ഇപ്പോൾ ആശ്വാസം തോന്നി.

"എന്തിനാ അങ്ങനെ ചെയ്തത്?!", ഗായത്രി അനിതയെ കയ്യിൽ പിടിച്ച് ചെയിനിനെ കുറിച്ച് അന്വേഷിച്ചു.

"നീ എത്രയും വേഗം സുന്ദരിയായ ഒരു പെൺകുഞ്ഞിനെ പ്രസവിക്കണം, കാരണം എന്റെ മോൻ അവളെ വിവാഹം

കഴിക്കാൻ കാത്തിരിക്കുകയാണ്" ഗായത്രി കുസൃതി നിറഞ്ഞ പുഞ്ചിരിയോടെ പറഞ്ഞു. പതിവുപോലെ അനിത നിശ്ശബ്ദയായി.

അതേസമയം വിജയ് അവരോടൊപ്പം ചേർന്ന് ഗായത്രിയുടെ കമന്റ് കേട്ട് ഉറക്കെ ചിരിച്ചു, "ഓ ഉറപ്പ് ചേച്ചി... നിങ്ങളുടെ ഇഷ്ടം പോലെ" അയാൾ അനിതയെ കണ്ണിറുക്കി മറുപടി പറഞ്ഞു. അയാളുടെ കൈയിൽ മിന്റു ഉണ്ടായിരുന്നു, അയാൾ മറ്റേ കൈ അനിതയുടെ തോളിൽ വച്ചു, അത് തികച്ചും ഒരു മനോഹര ദൃശ്യമായിരുന്നു, ആ നിമിഷം പകർത്താൻ അദ്ദേഹം ഫോട്ടോഗ്രാഫറോട് ആവശ്യപ്പെട്ടു.

അനിതയ്ക്ക് ഇതുവരെ ഇത്രയും വേദന അനുഭവപ്പെട്ടിട്ടില്ല, അത് ഹൃദയത്തിന് അസഹനീയമായിരുന്നു, ഓരോ നിമിഷവും വേദന കൂടുതൽ ശക്തമായി.

വരണ്ടുണങ്ങിയ തൊണ്ട നനയ്ക്കാൻ ഒരു ഗ്ലാസ്സ് വെള്ളം വേണമെന്ന് അവൾ ആഗ്രഹിച്ചു, മുറിയിൽ നിന്ന് ഇറങ്ങി, അടുക്കളയിലേക്കുള്ള വഴിയിൽ, സോഫയിൽ ചുരുണ്ടുകൂടി കിടക്കുന്ന വിജയിയെ അവൾ കണ്ടു. അരണ്ട വെളിച്ചത്തിൽ, അവന്റെ മുഖം ഗാഢനിദ്രയിലായ ഒരു കൊച്ചു കുട്ടിയെപ്പോലെ തോന്നി, അവളുടെ ഹൃദയത്തിൽ ഒരു വിറയൽ അനുഭവപ്പെട്ടു. അവൾ വെള്ളമെടുക്കാതെ മുറിയിലേക്ക് മടങ്ങി, കട്ടിലിൽ കിടന്നു, അവളുടെ കണ്ണിൽ നിന്ന് വെള്ളം ഒഴുകാൻ തുടങ്ങി.

തൊട്ടടുത്ത ദിവസം വിജയ് ഹാളിൽ ഇരുന്നു ചായ കുടിക്കുമ്പോൾ അനിത വാഷ് റൂമിലേക്ക് പോയി, ടാപ്പിൽ ഒരെണ്ണം ചോരുന്നത് കണ്ടു, അത് മുറുകെ അടയ്ക്കാൻ ശ്രമിച്ചപ്പോൾ, അത് മൊത്തത്തിൽ അവളുടെ കൈയിൽ വന്നു. പെട്ടെന്ന് വെള്ളം പുറത്തേക്ക് ഒഴുകാൻ തുടങ്ങി. അവൾ വിജയിയെ സഹായത്തിനായി വിളിച്ചു.

എന്താ പറ്റിയത് എന്ന് ചോദിച്ചു കൊണ്ട് വിജയ് അകത്തേക്ക് കയറി വന്നു, പൈപ്പിൽ നിന്ന് വെള്ളം പുറത്തേക്ക് ഒഴുകുന്നത് കണ്ടപ്പോൾ, തറയിലെ ടാപ്പ് അനിത കൈ കൊണ്ട് അടക്കാൻ ശ്രമിക്കുന്നത് കണ്ടപ്പോൾ, അവന് ചിരി വന്നു.

അനിത തുണി കൊണ്ടുവന്നു വിജയുടെ കയ്യിൽ കൊടുത്തു. വിജയ് പൈപ്പ് ഉറപ്പിച്ച ശേഷം ടാപ്പിൽ തുണി ചുറ്റി, ടാപ്പ് പിടിക്കാൻ അനിതയോട് പറഞ്ഞു. ശക്തിയായ വെള്ളച്ചാട്ടത്തിൽ പിടിച്ചുനിൽക്കാൻ കഴിയാതെ അനിത വെള്ളം ചുറ്റും തെറിപ്പിച്ചു, ഇതിനകം അവൾ പകുതി നനഞ്ഞിരുന്നു, ഇപ്പോൾ അവരെ പൂർണ്ണമായും നനച്ചു. പിന്നെ അവൻ ടാപ്പ് പിടിച്ചു, ഒടുവിൽ അവർ ജോലി പൂർത്തിയാക്കി.

ഇതിനിടയിൽ, അവർ വളരെ അടുത്തേക്ക് നീങ്ങുകയും അറിയാതെ പരസ്പരം ഇടിക്കുകയും ചെയ്തു. ഒടുവിൽ അനിത ടാപ്പിന്റെ മുറുക്കം വീണ്ടും പരിശോധിച്ചപ്പോൾ, പൂർണ്ണമായും നനഞ്ഞ സാരിയിൽ കൂടുതൽ വശീകരിക്കുന്ന ഭാര്യയെ വിജയ് കണ്ടു. പെട്ടെന്നൊരു ചൂട് തരംഗം തന്റെ തലയിൽ നിന്ന് കാൽ വരെ ഒഴുകുന്നതായി അയാൾക്ക് തോന്നി. പുരുഷന്റെ ഇച്ഛാശക്തിയെ വെല്ലുവിളിക്കുന്ന, പൂർണ്ണമായും നനഞ്ഞ സാരിയിൽ ഒരു സ്ത്രീക്ക് ഇത്ര ഗ്ലാമറസ് ആയി കാണാൻ കഴിയുമെന്ന് അവൻ ഒരിക്കലും കരുതിയിരുന്നില്ല.

അനിതയുടെ ഭാഗത്തുനിന്നുള്ള വികാരങ്ങളെക്കുറിച്ച് വിജയ് ചിന്തിച്ചു. അവളുടെ അനുവാദമില്ലാതെ അവളുടെ വികാരങ്ങൾ കൈകാര്യം ചെയ്തുകൊണ്ട് അവളെ വേദനിപ്പിക്കാൻ അവൻ ആഗ്രഹിക്കുന്നില്ല. അവൾ തനിയെ തന്നെ സ്വീകരിക്കണമെന്നു മാത്രം. കുറച്ച് സമയമെടുക്കുമെന്ന് അവനറിയാമായിരുന്നു, അത് വരെ

നിശബ്ദമായി കാത്തിരിക്കണം.

ദിവസങ്ങൾ ആഴ്ചകളായി, ആഴ്ചകൾ മാസങ്ങളായി മാറുന്നു. വിജയ് തന്റെ ബിസിനസ്സിൽ പൂർണ്ണമായും ശ്രദ്ധ കേന്ദ്രീകരിക്കാൻ തുടങ്ങി, മുഴുവൻ സമയവും ഓഫീസിൽ താമസിക്കുന്നു, വീട്ടിൽ വരുന്നില്ല, ഭക്ഷണം, ഉറക്കം, ബിസിനസ്സ് ഒഴികെ എല്ലാം അവനെ വിട്ടുപോയി. അവൻ ബിസിനസ്സിൽ സ്ഥിരമായ പുരോഗതി കൈവരിക്കുകയും വലിയ ഓർഡറുകൾ നേടുകയും വലിയ വിറ്റുവരവ് നടത്തുകയും കൂടുതൽ ജീവനക്കാരുള്ള പുതിയ ഓഫീസിലേക്ക് മാറുകയും ചെയ്തു.

അനിതയെ മാത്രമാണ് ഇത് ബാധിച്ചത്. അവൻ തന്റെ ലക്ഷ്യങ്ങൾ നേടുന്നതും വിജയിക്കുന്നതും കാണുന്നതിൽ സന്തോഷമുണ്ടെങ്കിലും, അവന്റെ ആരോഗ്യത്തെക്കുറിച്ച് അവൾ വളരെയധികം ആശങ്കാകുലയായിരുന്നു, മാത്രമല്ല അവൾ അവനെ വല്ലാതെ മിസ് ചെയ്തു. തീർച്ചയായും ഇപ്പോൾ അവളുടെ ജീവിതം പഴയതുപോലെയല്ല, അവൾ തനിച്ചല്ല, ഗായത്രിയും അവളുടെ കുടുംബവും ലക്ഷ്മി അമ്മയും സുഹൃത്തുക്കളും അയൽക്കാരും ആളുകളാൽ വലയം ചെയ്യപ്പെടുന്നു, എന്നിട്ടും അവളുടെ ഹൃദയത്തിൽ ഏകാന്തത അനുഭവപ്പെട്ടു.

തന്റെ ശൂന്യത നികത്താൻ കഴിയുന്നത് വിജയ്ക്ക് മാത്രമാണെന്ന് അവൾ തിരിച്ചറിഞ്ഞു. സമ്മതിക്കാൻ പ്രയാസമാണെങ്കിലും സംഗതി സത്യമാണ്.

അവളുടെ മുഖത്തിന്റെ തിളക്കം നഷ്ടപ്പെട്ടു, അവൾക്ക് ഭക്ഷണം കഴിക്കാനോ ഉറങ്ങാനോ മറ്റുള്ളവരോട് സംസാരിക്കാനോ പോലും താൽപ്പര്യമില്ല, അവൾ എല്ലാം യാന്ത്രികമായി ചെയ്യുന്നു.

ഗായത്രി ഇതെല്ലാം ശ്രദ്ധിച്ചു, തന്റെ ഹൃദയത്തോട് കൂടുതൽ അടുപ്പമുള്ള ഇരുവരുടെയും ജീവിതം ഇങ്ങനെയായതിൽ അവളും വിഷമിച്ചു. രണ്ടുപേരും പരസ്പരം സ്നേഹിക്കുന്നുണ്ടെന്ന് അവൾക്ക് ഉറപ്പായും അറിയാമായിരുന്നു. പക്ഷേ, അത് സ്വയം കൈകാര്യം ചെയ്യേണ്ടതിനാൽ അവൾക്ക് പുറത്ത് നിന്ന് ഒന്നും ചെയ്യാൻ കഴിഞ്ഞില്ല. അവൾ ദൈവത്തിൽ വിശ്വസിക്കുകയും അവരുടെ മനസ്സ് മാറ്റാൻ എന്തെങ്കിലും ചെയ്യാൻ കഴിയണേയെന്ന് പ്രാർത്ഥിക്കുകയും ചെയ്തു.

ഒരു ഞായറാഴ്ച അനിത ഉച്ചയുറക്കത്തിലായിരുന്നു. എന്തോ ഒരു അസ്വാഭാവികത അനുഭവപ്പെട്ട അനിത മെല്ലെ കണ്ണുതുറന്നു, പൂർണ്ണമായി ഉണർന്നില്ല, തൊട്ടുമുമ്പ് ഇവിടെ വിജയുടെ സാന്നിധ്യം അവൾ അനുഭവിച്ചു. അവളുടെ സഹജാവബോധം അവളോട് പറഞ്ഞു, അവൻ കുറച്ച് മിനിറ്റ് മുമ്പ് ഇവിടെ ഉണ്ടായിരുന്നു. കരാർ ശരിയായതിന് ശേഷം മടങ്ങിവരുമെന്നാണ് അവൻ പറഞ്ഞത്. അവൻ തിരിച്ചെത്തിയിരുന്നോ?! ഡീലർഷിപ്പ് ഉറപ്പിച്ചോ?! എന്തുകൊണ്ടാണ് അവൻ എന്നെ വിളിക്കാത്തത്?! അതെന്റെ സ്വപ്നമായിരുന്നോ അതോ യാഥാർത്ഥ്യമായിരുന്നോ? അത് സത്യമാണെങ്കിൽ അവൻ ഇപ്പോൾ എവിടെയാണ്?' ഒരുപാട് ചോദ്യങ്ങൾ ഒന്നിനുപുറകെ ഒന്നായി ഉയർന്നു, അവൾ വേഗം എഴുന്നേറ്റു, ഒരാഴ്ചയിലേറെയായി അവൾ ഉറങ്ങാത്തതിനാൽ പെട്ടെന്നുള്ള ചലനത്തിൽ അവൾക്ക് തലകറങ്ങി. പിന്തുണയ്ക്കായി അവൾ ഭിത്തിയിൽ മുറുകെ പിടിച്ചു.

അവൾ മേശയിൽ നിന്നും മൊബൈൽ എടുത്ത് വിജയിയെ വിളിച്ചു, അവൻ എടുത്തില്ല, ഒരിക്കൽ കൂടി അവൾ ശ്രമിച്ചു, അവൻ എടുത്തില്ല. അവൾക്ക് എന്തോ സംശയം തോന്നി. ഒരിക്കൽ കൂടി അവൾ ശ്രമിച്ചു, ഇത്തവണ

അവന്റെ സെക്രട്ടറി ഫോൺ എടുത്തു ധൃതിയിൽ പറഞ്ഞു, "മാഡം, വിജയ് സാറിന് ഒരു അപകടം സംഭവിച്ചു, ഞങ്ങൾ ഇപ്പോൾ ഹോസ്പിറ്റലിലേക്ക് പോകുകയാണ്"..... അനിത ഇത്രയും മാത്രം കേട്ടു, കൂടുതലൊന്നും കേൾക്കാൻ അവൾ ലൈനിൽ ഉണ്ടായിരുന്നില്ല, ബോധരഹിതനായി നിലത്ത് വീണു.

അനിത കട്ടിലിൽ കിടക്കുന്നു, അവൾ ഗാഢനിദ്രയിലാണെന്ന് തോന്നുന്നു, ഭക്ഷണം നൽകാനായി മൂക്കിനുള്ളിൽ ഒരു ട്യൂബ് കയറ്റി, അവളുടെ വായിൽ ഒരു ഓക്സിജൻ മാസ്ക് ഘടിപ്പിച്ചു, അവളുടെ ഇടതുകൈയിൽ തുടർച്ചയായി ലവണാംശം ഒലിച്ചിറങ്ങുന്ന ഐവി ലൈൻ, ഒരു മോണിറ്റർ അവളുടെ കട്ടിലിനരികിൽ അവളുടെ സുപ്രധാന കാര്യങ്ങൾ നിരീക്ഷിക്കുന്നുണ്ടായിരുന്നു.

വിജയ് യുടെ ഓഫിസിൽ അതേപേരുള്ള മറ്റൊരു വിജയ് ഉണ്ടായിരുന്നു. അപകടം പറ്റിയത് അയാൾക്കായിരുന്നു. സെക്രട്ടറി ആളുമാറി പറഞ്ഞതാണ്.

അനിതയുടെ അടുത്തുള്ള കസേരയിൽ ഇരുന്നു വിജയ് സങ്കടത്തോടെ അവളുടെ മുഖത്തേക്ക് നോക്കി. അവൻ ഏകദേശം തളർന്നിരുന്നു. അവളുടെ ബോധം നഷ്ടപ്പെട്ടിട്ട് ഇന്നേക്ക് മൂന്നാം ദിവസം. കഴിഞ്ഞ രണ്ടു ദിവസമായി അവൻ ഒരു മിനിറ്റ് പോലും ഉറങ്ങിയിരുന്നില്ല.

രാത്രി 9 മണി കഴിഞ്ഞിരിക്കുന്നു. ആ മോണിറ്റർ ശബ്ദം ഒഴികെ മുറി ശാന്തവും നിശ്ശബ്ദവുമായിരുന്നു. ഒരു ഡ്യൂട്ടി നഴ്സ് വന്നു അവളുടെ പൾസും ബിപിയും പരിശോധിച്ച് പോയി.

അവൻ ഒരു ദീർഘനിശ്വാസം വിട്ടു, അവളുടെ കൈ തന്റെ കൈവെള്ളയിലേയ്ക്ക് എടുത്ത് മൃദുവായി തഴുകി,

"പ്ലീസ് എഴുനേൽക്കൂ..ഇനിയും നിന്നെ ഇങ്ങനെ കാണുന്നത് എനിക്ക് സഹിക്കില്ല.. നിന്നോട് എനിക്ക് എത്രമാത്രം ഇഷ്ട്ടം തോന്നുന്നുവെന്ന് നിനക്ക് അറിയില്ല.. ഞാൻ എന്റെ ജീവിതം നിന്നോടൊപ്പം സന്തോഷത്തോടെ ജീവിക്കാൻ ആഗ്രഹിക്കുന്നു, നിനക്കറിയില്ലേ ഞാൻ എന്റെ സ്വന്തം കുടുംബം ഉണ്ടാക്കാൻ, നീയും ഞാനും നമ്മുടെ കുട്ടികളുമായി ജീവിക്കാൻ ഞാൻ എത്രമാത്രം കൊതിക്കുന്നുണ്ടെന്ന്.. നീയാണ് എന്റെ ജീവിതം.. നീയില്ലാതെ ഞാൻ ഒന്നുമല്ല...പ്ലീസ് എണീറ്റ് എന്റെ അടുത്തേക്ക് വരൂ.." അവൻ മുന്നോട്ട് കുനിഞ്ഞ് കട്ടിലിൽ അവളുടെ കൈയിൽ നെറ്റി വെച്ചു. അറിയാതെ എപ്പോഴോ അവനുറങ്ങിപ്പോയി.

പിറ്റേന്ന് രാവിലെ ഗായത്രി വന്നപ്പോൾ വിജയ് ഇരിക്കുന്ന പൊസിഷനിൽ കിടക്കയിൽ തലവെച്ച് ഉറങ്ങുകയായിരുന്നു. അവന്റെ കൈ അനിതയുടെ കൈ പൊതിഞ്ഞു പിടിച്ചിട്ടുണ്ട്. ആ നിമിഷം അവളുടെ ഹൃദയം വിറച്ചു, അവൾ അവന്റെ അടുത്ത് വന്ന് അവനെ ഉണർത്തി, വീട്ടിൽ പോയി വിശ്രമിക്കാൻ അവനെ നിർബന്ധിച്ചു.

അവൻ പോയതിനു ശേഷം ഗായത്രി അനിതയെ നോക്കി കസേരയിൽ ഇരുന്നു. അപ്പോഴേക്കും സമയം മെല്ലെ ഓടിക്കൊണ്ടിരുന്നു. അനിതയുടെ ആരോഗ്യത്തെക്കുറിച്ച് അന്വേഷിച്ചു കൊണ്ടിരുന്ന കോളുകളുടെ പരമ്പര അവൾക്ക് ലഭിച്ചു, ആദ്യം രാജേഷിൽ നിന്നും, അടുത്തത് അപർണയിൽ നിന്നും, അവളുടെ അമ്മയിൽ നിന്നും കുറച്ചു പേരിൽ നിന്നും. അവളുടെ സംഭാഷണങ്ങളിലെല്ലാം വിജയ് യുടെ പേര് പലതവണ ആവർത്തിച്ചു. കുശുകുശുക്കുന്ന സ്വരത്തിൽ പറഞ്ഞെങ്കിലും അനിതയുടെ ഉപബോധമനസ്സ് അത് വ്യക്തമായി പെറുക്കിയെടുക്കുന്നുണ്ടായിരുന്നു...അത് അക്ഷരം കൊണ്ട് അക്ഷരം വ്യക്തമാകാൻ തുടങ്ങി.....

ഇണ (നോവൽ)

"വി....ഐ...ജെ...എ....വൈ"

ഊർജസ്രോതസ്സുകളിലൂടെ ശക്തി പ്രാപിച്ചതുപോലെ അവളുടെ ന്യൂറോണുകൾ മെല്ലെ മെല്ലെ ഒന്നൊന്നായി വെടിയുതിർക്കാൻ തുടങ്ങി. തൽക്ഷണം അവളുടെ ചാരനിറം അതിന്റെ പ്രോസസ്സിംഗ് പ്രവർത്തനം ആരംഭിച്ചു, അനിത പതുക്കെ ബോധം വീണ്ടെടുത്തു. "ദയവായി ഉണരൂ, എന്റെ അടുത്തേക്ക് മടങ്ങിവരൂ, ഞാൻ കാത്തിരിക്കുന്നു..." അവളുടെ മനസ്സിൽ ആരോ പറഞ്ഞുകൊണ്ടിരുന്നു. അടഞ്ഞ കൺപോളകൾക്കുള്ളിൽ അവളുടെ മിഴികൾ നീങ്ങി... അവളുടെ വിരലുകൾ മിന്നുന്ന ചലനങ്ങൾ കാണിച്ചു...

അനിത വളരെ പ്രയാസപ്പെട്ട് കണ്ണുതുറന്നു, ഗായത്രി തന്റെ കട്ടിലിനരികിൽ ഇരുന്ന് ഫോണിലൂടെ സംസാരിക്കുന്നത് കണ്ടു, അവൾക്ക് ആദ്യം ഒന്നും മനസ്സിലായില്ല, അവൾ കണ്ണിമ ചിമ്മിക്കൊണ്ട് ചുറ്റും നോക്കി, പിന്നെ അവൾ ആശുപത്രി മുറിയുടെ പരിസരം തിരിച്ചറിഞ്ഞു, അവളുടെ മനസ്സ് വീണ്ടെടുത്തു. ബോധം പൂർണ്ണമായി തിരിച്ചുകിട്ടി, അവൾക്ക് കാര്യങ്ങൾ ഓരോന്നായി ഓർത്തെടുക്കാൻ കഴിഞ്ഞു, ആ ഫോൺ കോളും വാർത്തയും ഓർത്തപ്പോൾ, പെട്ടെന്ന് അവളുടെ രക്തസമ്മർദ്ദം ഉയർന്നു, നാഡിമിടിപ്പ് ഉയർന്നു, ദേഹമാസകലം വിയർക്കുന്നു, അവൾ ശ്വാസം മുട്ടി.

അതേ സമയം വാതിൽ തുറന്ന് വിജയ് മുറിയിലേക്ക് കയറുന്നത് അനിത കണ്ടു, "വിജയ്...." അനിത അവന്റെ പേര് വിളിച്ചു, കട്ടിലിൽ നിന്ന് ചാടി, അവന്റെ അടുത്തേക്ക് ഓടി, അവന്റെ നെഞ്ചിൽ വീണു, അവനെ കെട്ടിപ്പിടിച്ച് കരയാൻ തുടങ്ങി.

അപ്രതീക്ഷിതമായ ഈ ശക്തിയിൽ, പിന്തുണയ്ക്കായി വിജയ്ക്ക് അടുത്തുള്ള മേശയിൽ മുറുകെ പിടിക്കേണ്ടി വന്നു. അനിത ഒരൽപ്പം പോലും അനങ്ങാതെ അതേ അവസ്ഥയിൽ

തുടർച്ചയായി കരയുന്നുണ്ടായിരുന്നു, അവളുടെ ജീവിതത്തിൽ ഇതുവരെ സംഭവിച്ച എല്ലാത്തിനും അവൾ കരയുകയാണെന്ന് തോന്നുന്നു, വിജയ് യും ഗായത്രിയും സ്തംഭിച്ചു, ഒന്നും മിണ്ടാതെ, അവളെ നോക്കി.

കുറച്ചു നേരം അനിതയുടെ കരച്ചിൽ ഒഴികെ മുറിയിൽ എല്ലാം നിശ്ചലമായിരുന്നു.

സന്തോഷവും കണ്ണീരും കൊണ്ട് ശ്വാസം മുട്ടുന്നതിൽ നിന്ന് ആദ്യം സ്വയം വീണ്ടെടുത്ത വിജയ്, അവളെ മെല്ലെ കെട്ടിപ്പിടിക്കാൻ കൈകൾ ഉയർത്തി അവളുടെ പുറകിൽ തഴുകി. "ഞാനിവിടെ ജീവനോടെ ഉണ്ട്.. കരയേണ്ട ആവശ്യമില്ല...ഇനി കണ്ണുനീർ ഒരു തുള്ളി പോലും വീഴാൻ ഞാൻ അനുവദിക്കില്ല, ഇനി മുതൽ നിന്റെ മുഖത്ത് സന്തോഷം മാത്രമേ ഉണ്ടാകൂ എന്ന് ഞാൻ ഉറപ്പ് നൽകുന്നു, ഒടുവിൽ... എന്നെ സ്വീകരിച്ചതിന് നന്ദി..."

ഗായത്രി ഈ വിചിത്രമായ നിമിഷം സന്തോഷത്തോടെ നോക്കി നിൽക്കുകയായിരുന്നു, കവിളിലൂടെ കണ്ണുനീർ ഒഴുകി, അവൾ ദൈവത്തിന് നന്ദി പറഞ്ഞു...

ഒരുപാട് സ്നേഹത്തോടെ വിജയ് യും അനിതയും പരിസരം മറന്ന് ചുണ്ടുകൾ ചേർത്ത് പരസ്പരം ചുംബിച്ചു.